बुद्ध

बुद्ध

नेतृत्व आणि यशप्राप्तीसाठी अध्यात्म

प्रणय

अनुवाद : मीना शेटे–संभू

MANJUL
मंजुल पब्लिशिंग हाउस

First published in India by

MANJUL

Manjul Publishing House

Corporate and Editorial Office
· 2nd Floor, Usha Preet Complex, 42 Malviya Nagar,
Bhopal 462 003 – India
Sales and Marketing Office
·C-16, Sector 3, Noida, Uttar Pradesh 201301, India
Website: www.manjulindia.com
Distribution Centres
Ahmedabad, Bengaluru, Bhopal, Kolkata, Chennai,
Hyderabad, Mumbai, New Delhi, Pune

Marathi translation of *Buddha*:
Spirituality For Leadership & Success by Pranay

This Marathi edition first published in 2024

ISBN: 978-93-5543-405-0

Marathi translation: Meena Shete-Sambhu

Printed and bound in India by Thomson Press (India) Ltd.

प्रस्तावना

मानवी जाणिवेच्या किंवा चेतनेच्या अभ्यासाचा प्रश्न येतो त्या वेळी गौतम बुद्ध हा बहुधा असा अभ्यास करणारा व त्याविषयी शिकवण देणारा सर्वाधिक प्रभावशाली मार्गदर्शक असावा. प्राचीन भारतीय तत्त्वज्ञानात त्याला भगवान विष्णूचा नववा अवतार मानलं गेलं आहे. तसंच माणसांच्या मनात जीवनाची आणि नेतृत्वाची मूल्यं रुजवण्याच्या संदर्भात त्याला सद्गुणांचा आणि नैतिक मूल्यांचा आदर्श मानलं जातं. आज जग ज्या बिकट परिस्थितीतून जात आहे, विशेषतः त्या वेळी तर बुद्धाच्या शिकवणुकींना अधिकच महत्त्व प्राप्त झालं आहे.

बुद्धाचा प्रभाव हा प्रचंड दूरगामी आणि प्रगाढ आहे. उदाहरणार्थ, जपानी व्यवस्थापन प्रणाली ही कोणत्या ना कोणत्या प्रकारे मोठ्या प्रमाणात बुद्धाच्या महत्त्वाच्या सिद्धान्तांवर आधारित आहे. स्टीव्ह जॉब्जनं बौद्ध धर्माचा स्वीकार केला होता. झेन सौंदर्यशास्त्राच्या प्रचंड प्रभावाखाली त्याने 'ॲपल इंक'ची स्थापना केली. झेन सौंदर्यशास्त्र ही बुद्धाच्या शिकवणुकीतूनच निर्माण झालेली एक शाखा आहे. ॲपलचा संपूर्ण पायाच झेनसदृश आहे. बुद्धाच्या शिकवणुकीत अंतर्ज्ञानाच्या म्हणजेच प्रज्ञेच्या रुजवणुकीइतकं शब्दांना महत्त्व नाही, हेच बुद्धाच्या शिकवणुकीचं आणि त्याच्या पद्धतीचं सौंदर्य आहे. चराचरांविषयी आध्यात्मिक दृष्टिकोन बाळगणं आणि जीवनाच्या सर्व क्षेत्रांमध्ये नैपुण्य प्राप्त करण्यासाठी आवश्यक असलेल्या आधारभूत सिद्धान्तांना किंवा तत्त्वांना समजून घेणं म्हणजेच प्रज्ञेची रुजवणूक करणं होय. त्याच्या आध्यात्मिक प्रेरणेतून निर्माण झालेल्या ज्ञानाचे सिद्धान्त आणि महत्त्वपूर्ण मुद्दे हे मानवी वर्तनाच्या सर्व पैलूंना स्पर्श करतात. त्यात नेतृत्वाची मानसिकता आणि सांघिकतेची भावना यांचाही समावेश होतो. अधिक उच्च यश आणि खरोखरची परिपूर्तता किंवा तृप्ती यांच्या दिशेनं नेणाऱ्या मूल्यांच्या निर्मितीशी ती विशेषतः सुसंगत आहेत.

महान सम्राट अशोक, इतर पौर्वात्य सम्राट, जपानचे सामुराई लढवय्ये यांच्यासह इतर अनेकांवर बुद्धाच्या जाणिवेविषयीच्या किंवा चेतनेविषयीच्या शिकवणुकीचा गाढ प्रभाव पडला. बुद्धाच्या तत्त्वज्ञानाचा पाश्चात्त्यांवरही काही प्रमाणात, तरल स्वरूपात का असेना, पण प्रभाव पडला आहे. ग्रीकांनी भारतावर केलेलं आक्रमण, त्यांची ती लष्करी मोहीम ही फक्त लष्करी स्वरूपाची राहिली नव्हती, ती वैचारिक स्वरूपाचीही होती. अलेक्झांडर परत जाताना बुद्धाचं गूढ आध्यात्मिक तत्त्वज्ञान सोबत घेऊन गेला होता आणि त्याने ते पाश्चात्त्य तत्त्वज्ञानात मिसळून टाकलं.

जाणिवेविषयीच्या बुद्धाच्या मूलभूत शिकवणुकींपैकी यश आणि नेतृत्व यांविषयीच्या मूल्यांना आकार देण्याच्या दृष्टीनं आत्यंतिक महत्त्व असलेल्या प्रमुख सिद्धान्तांवर या पुस्तकात प्रकाश टाकण्यात आला आहे. बुद्धाच्या या मूल्यांची आणि सिद्धान्तांची सर्वत्र प्रशंसा झाली आहे. त्यांचं अनुकरण करण्यात आलं आहे आणि सर्वात महत्त्वाची गोष्ट म्हणजे त्यांना आदराचं स्थानही प्राप्त झालं आहे.

–प्रणय

''सद्‌गुणी परिपूर्ण आचरण करणारी सश्रद्ध व्यक्ती कुठेही गेली तरी तिला नेहमीच सर्वत्र आदर आणि सन्मान प्राप्त होतो.''

–गौतम बुद्ध

अनुक्रमणिका

प्रकरण १

संन्यासी आणि योद्धा

शिकवण : *आपल्या अंतर्यामी शांत आणि आनंदमय जागृती असल्याची कल्पना ही बुद्धानं जगाला दिलेली अत्यंत महान देणगी आहे. जर या जागृतीला प्रस्थापित करता आलं तर तुम्ही सगळ्या गोष्टींत नैपुण्य प्राप्त करून घेऊ शकता आणि तुमच्या सर्वोच्च क्षमतेची तुम्हाला जाणीव होते. निश्चिंत परंतु तरीही पूर्णपणे जागृत (बोधी) जाणीव असणं हा उचित दृष्टिकोन आहे. तसं झालं तर तुम्ही संन्यासी असलात किंवा योद्धा असलात किंवा खरोखरच कोणत्याही प्रकारचा नेता असलात तरी तुमच्या कामात तुम्हाला महान आणि खरं यश मिळतं. बाह्यतः तुम्ही गतिशील असता आणि अंतर्गत स्वरूपात निश्चल असता आणि तिथे शांततामय तृप्तता भरून राहिलेली असते. मोठी आव्हानं किंवा बिकट परिस्थिती यांना तोंड देत असलेल्या व्यक्तीच्या आणि नेत्यांच्या बाबतीत ही गोष्ट विशेषत्वानं महत्त्वाची ठरते. या आव्हानांमध्ये सध्याच्या काळातील मोठमोठ्या साथीचे रोग, आर्थिक अस्थैर्य, पर्यावरणीय आपत्ती, सामाजिक किंवा आंतरव्यक्ती संघर्ष यांसारख्या आव्हानांचा समावेश होतो.*

"उदात्त, प्रामाणिक मार्गावरून चालणाऱ्या प्रत्येकाला
परमानंदाची प्राप्ती होऊ शकते."
–गौतम बुद्ध.

गौतम बुद्धाचा मार्ग हा संन्याशांसाठी आणि योद्ध्यांसाठीही आहे. दुसऱ्या शब्दांत, त्याच्या आध्यात्मिक शिकवणुकींमधून आपल्याला गूढ आध्यात्मिक आणि भौतिक अशा दोन्ही आयामांमधील महत्त्वाच्या शिकवणुकी मिळतात. आपण कुठेही असलो, कोणत्याही पदावर असलो किंवा कोणत्याही क्षेत्रात कार्य करत असलो तरी त्यामुळे फारसा फरक पडत नाही. बौद्ध धर्माचे मूलभूत किंवा त्याच्या केंद्रस्थानी असलेले महत्त्वाचे धडे आपल्याला लागू पडतात आणि ते आपल्याला उच्च पातळीवरच्या नैपुण्याकडे घेऊन जातात. तुम्ही व्यवसाय, राजकारण, क्रीडा, कला किंवा इतर कोणत्याही क्षेत्रात असलात तरी ते तसेच आणि तितक्याच प्रमाणात लागू पडतात; कारण यश आणि चांगलं नेतृत्व यांची मूलभूत तत्त्वं तीच असतात. भारदस्त वर्तन, आदर, स्थिरचित्तता, शांतता, सन्मान, स्पष्ट बुद्धी, अंतर्ज्ञान असलेलं नेतृत्व हे गुणधर्म आणि लक्षणं आपल्याला कोणत्याही क्षेत्रात नेता म्हणून स्थैर्य प्राप्त करून देतात. म्हणूनच फक्त आध्यात्मिक साधकांकडूनच नव्हे तर योद्ध्याच्या संहितेचं पालन करणाऱ्यांकडूनही बुद्धाच्या संदेशाचं अनुकरण करण्यात आलं. उदाहरणार्थ, बौद्ध धर्मानं चीनमधील मार्शल आर्टच्या साधकांना स्फूर्ती दिली, जपानमधील सामुराई योद्ध्यांना बुशिदो संहितेचं पालन करण्याची प्रेरणा दिली आणि जपानी व्यावसायिकांच्या कार्यसंस्कृतीला व व्यावसायिक नीतिमूल्यांनाही त्याने प्रेरणा दिली.

सर्व सदस्यांच्या मनात असलेली नेतृत्वाविषयीची प्रतिष्ठा आणि नेत्याला दिला जाणारा आदर हा गौतम बुद्धाच्या सिद्धान्तांमध्ये सापडणारा एक महत्त्वाचा धडा आहे. त्यामुळे कार्यसंस्कृतीत एका संयमी, परंतु तरीही अत्यंत शक्तिशाली नीतिमूल्याची निर्मिती होते.

प्राचीन बौद्ध धर्मीयांना 'आरिय' (संस्कृतमधील आर्य) हा शब्द वापरण्याची आत्यंतिक आवड होती. त्याचा अर्थ उदार अंतःकरणाची आणि उदार मनाची, प्रामाणिक बुद्धिमान व्यक्ती असा आहे. त्याच्यातून उदात्ततेची, आत्मसन्मानाची आणि इतरांविषयी सन्मानाची व आदराची शांत जाणीव असलेली व्यक्ती, असा अर्थ ध्वनीत होतो. बुद्धाच्या मते, हा

फक्त संन्याशांचाच गुणधर्म नाही, तर जीवनात सामर्थ्य आणि उत्कृष्टता प्राप्त करून घेण्याची महत्त्वाकांक्षा असलेल्या प्रत्येकाचेच हे गुणधर्म आहेत. मग ती व्यक्ती योद्धा, राजा, नेता, व्यावसायिक किंवा इतर कोणताही व्यवसाय करणारी असो, तिच्याकडे हे गुण असावेच लागतात.

हे एक मूलभूत तत्त्व आहे. आत्मसन्मान, आत्मप्रतिष्ठा, दुसऱ्यांचा सन्मान करणं आणि दुसऱ्यांच्या मूल्यांविषयी आदर बाळगणं हे गुण नसतील तर इतर सगळ्या गोष्टी निरर्थक ठरतात. जीवनाविषयी गाढ आदराची भावना रुजवणं हाच बौद्ध संन्याशांचा मार्ग आहे. हाच गुणधर्म आपण सगळेही आत्मसात करू शकतो. हे गुणधर्म असल्यामुळे, या गुणधर्मांविषयीची जाणीव असल्यामुळे आपण अधिक स्वाभाविक होतो आणि अधिक उत्स्फूर्तपणे कर्म किंवा काम करू लागतो. आपण खूपच अधिक गतिशील होतो. ऊर्जेनं भारून जातो, कारण आता आपल्याला आपण विश्वाशी तादात्म्य पावल्याच्या, अद्वैताच्या भावनेची अनुभूती येते. उदात्त, आध्यात्मिकदृष्ट्या साहसी पद्धतीनं अधिक शक्तिशालीपणे जीवनात रुजल्याची भावना आपल्या मनात निर्माण होते.

अशा प्रकारे, तुमचा विकास होतो आणि तुमच्या सर्वोच्च ऊर्जा तुम्ही जगात पाठवता. तुमच्या स्वतःच्या अंगभूत क्षमतेमुळे तुम्ही ओळखले जाता. तुम्ही जे काही करत असता त्यात अत्यंत उदात्ततेनं आणि आदरपूर्वक तुमच्या सर्वोच्च ऊर्जांचा तुम्ही वापर करता. ही मूल्यं आत्मसात केल्याशिवाय खरोखरचं नेतृत्व किंवा खरोखरचं यश प्राप्त होत नाही. शिवाय, चांगल्या परस्पर सहकार्यानं आणि मनापासून सांघिकतेच्या भावनेनं कामही केलं जात नाही.

ही अंतर्दृष्टी, ही प्रज्ञा विशेषतः टीमना लागू पडते. चांगल्या टीमकडे आवश्यक असलेली पहिली गोष्ट अशी आहे : टीममधील सदस्यांच्या मनात परस्पर आदराची भावना असली पाहिजे. म्हणूनच क्रीडा स्पर्धांमध्ये तुमच्या लक्षात असं आलं असेल की, काही वेळा एखाद्या संघात वैयक्तिक पातळीवर उत्कृष्ट म्हणून गणले गेलेले अगदी उत्तम, कसलेले खेळाडू असले तरी ते सगळे एकत्रितपणे खेळूनही जिंकतातच असं नाही. ज्या संघात अशा प्रकारचे निसर्गदत्त देणगी लाभलेले खेळाडू नसतात, त्या संघासमोर अनेक वेळा ते हरल्याचं दिसतं. परस्परांविषयीच्या आदराचं संघातील प्रमाण हा यातला कळीचा मुद्दा असतो. काही वेळा 'दुर्बल' संघात परस्पर सहकार्याचं

आणि सांघिक कामाचं 'चैतन्य' खूपच अधिक प्रमाणात चांगलं असल्याचं दिसतं. त्यामुळे तो संघ अधिक प्रभावी ठरतो. ज्या संघातील खेळाडूंच्या मनात परस्परांविषयी अधिक आदराची भावना असते तिथे एक प्रकारच्या मोठेपणाची, गौरवाची आणि शक्तीची मूक निर्मिती होते. हा अधिक उदात्त मार्ग असतो आणि तो अधिक आनंदी उत्साहाकडे व अंतर्यामातील ऊर्जेकडे घेऊन जातो. याच्यातूनच महान नेतृत्व आणि संघ यांची निर्मिती होते. अशा प्रकारच्या परस्पर-सन्मानाच्या, गौरवाच्या भावनेतून खरोखरचा विजय प्राप्त होतो. संन्यासी आणि योद्धे या दोहोंसाठीसुद्धा बुद्धाच्या शिकवणुकीच्या मार्गाच्या केंद्रस्थानी हेच नीतिमूल्य आहे. हेच अगदी पायाभूत, सूक्ष्म तत्त्व आहे. उदाहरणार्थ, सामुराई योद्ध्यांची तुकडी हेच तत्त्व दाखवून देते. बौद्ध धर्मापासून स्फूर्ती घेतलेल्या जपानी कार्यसंस्कृतीतही हेच मूल्य समाविष्ट आहे. मानवी इतिहासातील दोन सर्वाधिक महान संस्थांच्या अंतःकरणातही हेच मूल्य होतं. बुद्धापासून स्फूर्ती घेतलेली प्राचीन जगतातील नालंदा आणि तक्षशीला ही ती दोन विद्यापीठं होत.

आता पुन्हा एकदा क्रीडा संघांच्या उदाहरणाकडे वळणं उचित ठरेल. त्याच्यातून या संदेशाचं मर्म समजून घेता येईल. क्रीडा संघांच्या कप्तानांना किंवा नेत्यांनाही ही तत्त्वं लागू पडतात, हे तुमच्या लक्षात येईल. काही कप्तान हे कदाचित वैयक्तिकदृष्ट्या तितकेसे उत्कृष्ट किंवा निष्णात खेळाडू नसतीलही; परंतु त्यांच्यात इतके उत्तम नेतृत्वगुण असतात की, ते संघाचं मनोधैर्य उंचावू शकतात. त्यांच्यात कोणतातरी अनाकलनीय असा अदृश्य घटक किंवा गुणधर्म असतो. त्याच्यामुळे आपल्या अंतःस्फूर्तीतूनच ते पुढे चमकू लागतात. संघातील खेळाडूंना ते जी उदात्ततेची, प्रतिष्ठेची आणि आत्मविश्वासाची जाणीव प्राप्त करून देतात, तिच्यातून ही गोष्ट समोर येते. ते संघात परस्पर-आदराची भावना निर्माण करतात. इतरांच्या आंतरिक गुणांची पारख करतात. शिवाय, ते इतरांना प्रोत्साहन देण्यात आणि प्रचंड ऊर्जेसह त्यांचा आत्मविश्वास बाहेर काढण्यात आपला वेळ व्यतीत करतात. त्यांच्याकडे इतरांची पारख करण्याची असलेली क्षमता आणि ते संघाकरिता देत असलेला वेळ यांमुळे आत्मविश्वासू, भक्कम संघ तयार होतो.

सांघिक कामासाठी ही अत्यावश्यक बाब असते. हे मूलभूत मूल्य आहे. एक व्यक्ती म्हणून किंवा एक संघ म्हणून तुमच्या स्वतःच्या शक्तीला तुम्ही आतून जाणून घेण्याची गरज असते. संघाविषयीच्या गौरवशाली

भावनेमुळे आणि परस्पर-सन्मानाच्या भावनेमुळे एकमेकांविषयीची मनातील भीती दूर होते किंवा एकमेकांविषयीचा संशय काढून टाकला जातो. संघात पसरलेल्या संशयाच्या सूक्ष्म भावनेमुळेसुद्धा संघ नेहमीच अपयशी ठरतात. लोक कोणत्या ना कोणत्या पद्धतीनं एकमेकांना घाबरलेले असतात किंवा ते एकमेकांबरोबर सावधगिरी बाळगून वागतात. परस्पर-आदर हे प्राथमिक मूल्य असल्यामुळे संघात पसरलेल्या अशा प्रकारच्या भीतीतून संघाकडे दुर्बल मूल्य असल्याचं सूचित होतं.

याचा अर्थ एका गालावर मारल्यानंतर दुसरा गाल पुढे करणं असा होत नाही. (कदाचित हा अधिक 'नैतिक' दृष्टिकोन असू शकेल!) खरं म्हणजे एकमेकांच्या मानवी मूल्यांची आणि विशेष गुणधर्मांची ओळख करून घेण्याशी आणि त्यांना मान्यता देण्याशी याचा संबंध आहे. असं करताना एकमेकांमधील बंध बळकट होतात, कारण ते एकमेकांविषयीच्या श्रद्धेवर, विश्वासावर आधारित असतात. ज्या वेळी संघात एकमेकांविषयीची श्रद्धा, विश्वास असतो, त्या वेळी तिथे महान यश आपोआपच प्राप्त होतं.

म्हणून संघाची उभारणी करताना नेत्यानं एक गोष्ट अत्यंत स्पष्टपणे लक्षात ठेवण्याची आवश्यकता असते, ती म्हणजे संघाची उभारणी. याचा अर्थ फक्त एकमेकांच्या वेगवेगळ्या कौशल्यांना एकमेकांशी जोडणं नसतं, तर त्यात संघाच्या समग्र हेतूला ओळखणं महत्त्वाचं असतं. एकमेकांच्या ऊर्जांना त्यांच्या कमाल सर्जनशीलतेपर्यंत उन्नत करणं हा कोणत्याही टीमचा आध्यात्मिक हेतू असतो. जर हे घडलं तर आपला हेतू साध्य करण्याच्या दिशेला, म्हणजेच यशाच्या दिशेला संघ आपोआपच, उत्स्फूर्तपणे वळेल. संघाच्या भागांचं, घटकांचं एकत्रीकरण करताना फक्त वैयक्तिक गुणवैशिष्ट्यांच्या एकत्रीकरणापेक्षाही इतरही अनेक गोष्टींचा समावेश असला पाहिजे. संघाच्या संपूर्ण उत्पादकतेकडे लक्ष पुरवणं महत्त्वाचं असतं.

परस्पर गौरवाची आणि परस्पर आदराची भावना असेल तर त्यामुळे एकमेकांविषयीची शंका दूर होते आणि सकारात्मकतेनं भारलेलं वातावरण तयार होतं. प्रत्येक संघात अशा प्रकारची ऊर्जा असलीच पाहिजे. काही वेळा शंका हेही चांगलं साधन ठरत असलं तरी टीममध्ये विश्वास आणि गाढ श्रद्धा असण्याची गरज असते, कारण मानवी संमेलनांसाठी, समूह तयार होण्यासाठी माणसांनी एकत्र येण्यासाठी हा स्फूर्तिदायक घटक असतो. ज्या वेळी लोक

एकत्र येतात, एक समूह तयार करतात, त्या वेळी त्यांना आपण कोण आहोत याची ओळख हवी असते. ही कोणत्याही प्रकारे अहंमन्यतेची किंवा आत्मप्रौढीची भावना नसते, तर लोक कशाच्या बाजूनं उभे आहेत त्याची ती ओळख असते. जर नेत्यानं त्यांना ती ओळख मिळवून दिली तर तो किंवा ती यशस्वी होतो किंवा होते. संघात असलेल्या प्रतिष्ठेच्या किंवा गौरवाच्या शांत भावनेतून संघात महान आनंदी ऊर्जा आणि शक्ती निर्माण होते.

'संघ' ही बुद्धाची मठाची यंत्रणा हे सांघिक कार्याचं आणि त्या मूल्यांचं एक अतिशय चांगलं उदाहरण होतं. खरं तर धर्माला मिळालेल्या कलाटणीचं ते एक प्रतीक होतं. संघ हा समूह किंवा एक गट म्हणून गौरवपूर्णतेची अगर प्रतिष्ठेची भावना दाखवून देण्याचा आणि एकत्रितपणे उदात्ततेनं जगण्याचा एक नमुना किंवा साचा होता. त्यांच्या नेत्याच्या (बुद्धाच्या) उद्दिष्टांना उत्तम प्रकारे साध्य करण्याकरिता आवश्यक असलेल्या पद्धतीनं एकमेकांच्या ऊर्जांच्या समग्रतांना उन्नत करणं, असा बुद्धाच्या संघाचा अर्थ होता. मानवी संस्कृतीत अगदी पहिल्यांदाच सर्व प्रकारच्या पार्श्वभूमींतून आलेले लोक मोठ्या प्रमाणात एकत्र आले होते आणि सामाईक आध्यात्मिक हेतूसाठी एकमेकांसोबत उदात्तपणे नांदत होते. संघात विविध प्रकारच्या लोकांचा समावेश होता. ते वेगवेगळ्या पार्श्वभूमींचे होते. काही लोक अमीर-उमराव घराण्यातील होते. काही गरीब घरचे होते. काही गर्भश्रीमंत घरांतून आले होते. काही योद्धावर्गातील होते...अशा प्रकारे अनेक पार्श्वभूमींचे लोक एकत्र आले होते. परंतु एक नेता म्हणून बुद्धानं मठाच्या किंवा संघाच्या राहणीमानाला कसा आकार दिला होता ते लक्षणीय आहे. संघातील प्रत्येक सदस्याच्या वैयक्तिक सामर्थ्याला ओळखण्यात आलं होतं. उदाहरणार्थ, त्याच्या साहाय्यकाचा आनंद मिळवण्याचा मार्ग वेगळा होता. संघातील इतर लोकही त्यांच्या पद्धतीनं त्यांचा आनंद प्राप्त करत होते. म्हणून बुद्धानं नेहमीच लोकांची वैयक्तिक सामर्थ्यं ओळखण्यावर त्याचा दृष्टिकोन केंद्रित केला होता. नेत्यांनी सजगतेनं लक्ष पुरवलं पाहिजे याविषयीची ही महत्त्वाची अंतर्दृष्टी आहे.

काहीही झालं तरी संघातील व्यक्तीच्या वैयक्तिक ओळखीला पर्याय नाही. बुद्धाच्या संघाचं उदाहरण हे याचं उत्तम उदाहरण आहे आणि ते एक चांगलं रूपकही आहे. परंतु कोणत्याही परिस्थितीतील संघाच्या गतिशीलतेला समजून घेण्यासाठी त्याचा वापर करणं शक्य आहे. उदाहरणार्थ,

ज्येष्ठ सीएक्सओंसह असलेल्या व्यावसायिक युनिटमध्ये परस्पर विश्वास असावाच लागतो. त्यांच्यामध्ये एकमेकांविषयी आदराची, सन्मानाची भावना असावीच लागते. त्यांच्यामध्ये वादविवाद होऊ शकतील, परंतु संघाच्या अंतःकरणात काही प्रमाणात मूलभूत आदर असावाच लागतो. जर त्याला बळकटी मिळाली तर संघाचंही बळकटीकरण होतं. संघाची किंवा संघटनेची मुळं मजबूत करणं हेच यामागचं एकमेव उद्दिष्ट असतं.

राजकारणात नेहमीच परस्परांविषयीच्या सन्मानाचा आणि आदरभावाचा अभाव असण्याची समस्या असते. तिथे सहसा एकमेकांविषयी आणि लोकांविषयी मोठा संशय असतो. याच्यातून ओंगळ आणि नकारात्मक राजकारणाची निर्मिती होते. यामुळे समाजाला मोठ्या प्रमाणात एक प्रकारच्या कर्करोगाचा विळखा पडतो. एखाद्या टोपलीतील खेकडे एकमेकांना सतत खाली खेचत राहतात, तसेच राजकारणातील लोक एकमेकांचे पाय खाली खेचत राहतात. परंतु खरं सांघिक कार्य याचा अर्थ एकमेकांना वरच्या दिशेला, प्रगतीच्या दिशेला जाण्यास प्रोत्साहन देणं होय आणि बुद्धाचा हाच महत्त्वाचा संदेश आहे.

या संदर्भात 'बोधिसत्त्व' हा शब्द अत्यंत महत्त्वाचा आहे. त्याच्यातून फक्त स्वतःसाठी मुक्तीचा शोध घेणं असा अर्थ सूचित होत नाही, तर इतरांसाठीही मुक्तीचा शोध घेणं असा अर्थही सूचित होतो. इतरांचाही विकास घडवून आणण्यासाठी आणि त्यांनाही आत्मज्ञान व्हावं यासाठी बोधिसत्त्व प्रयास करतो. बुद्ध स्वतः निर्वाणाच्या प्रवेशद्वारावर उभा असल्याचं म्हटलं गेलं आहे. जोपर्यंत विश्वातील प्रत्येक जीवाला ज्ञानप्राप्ती होत नाही, तोपर्यंत निर्वाणाच्या प्रदेशात प्रवेश करण्यास त्याने नकार दिला होता असं सांगितलं जातं. हे नेतृत्वाचं अत्यंत महत्त्वाचं, आदर्श उदाहरण आहे. बुद्ध ही संघाच्या समग्रतेसाठी (बुद्धाच्या संदर्भात वैश्विक कुटुंब हा त्याचा समग्र संघ आहे.) काही करण्याची इच्छा असलेली व्यक्ती आहे. परंतु ही गोष्ट रूपकात्मक आहे. त्याचा संपूर्ण अर्थ असा आहे की, आदर्श आणि उदात्ततेची भूमिका घेणारी व्यक्तीच महान नेता असते. ज्या वेळी पाठबळ देण्याचा आणि मूल्यांचा प्रश्न येतो त्या वेळी असा नेता आपल्या संघाला कधीही एकट्याला सोडून देत नाही. ते परस्पर-आदराच्या भावनेतून संघाच्या बाजूनं उभे राहतात आणि असं करताना संघाची मुळं मजबूत करतात. लोकांच्या मनात अशा प्रकारच्या नेत्याविषयी अधिकाधिक

आदर निर्माण होऊ लागतो. अशा नेत्याच्या दृष्टिकोनाला, त्याच्या धोरणाला लोक अधिकाधिक प्रमाणात समजून घेऊ लागतात. म्हणून नेत्याचं नेतृत्व अधिकाधिक गाढ आणि अधिकाधिक शक्तिशाली होत जातं. परंतु त्याची ही ताकद तो कोणालाही इजा करण्यासाठी वापरत नाही. संघाच्या समग्र प्रयत्नांना मदत करण्यासाठी तो त्याच्या ताकदीचा वापर करतो.

हा धडा प्रत्येक व्यक्तीनं आत्मसात करण्याची गरज आहे. ज्याप्रमाणे संन्याशाकडे आणि योद्ध्याकडे अशा दोघांकडेही प्रतिष्ठा, आत्मसन्मान आणि परस्पर सन्मानाची भावना असली पाहिजे, त्याप्रमाणेच ती नेत्यांकडेही असलीच पाहिजे. याच्यातूनच संघातील सदस्यांमध्ये एकमेकांविषयी श्रद्धेची आणि आदराची भावना निर्माण होते. अखेरीस, बुद्धाच्या संदेशाच्या आत्म्यात असलेली आध्यात्मिकदृष्ट्या प्रेरणा मिळालेली सर्व मूल्यं संघ शक्तिशालीपणे सक्रिय होण्यात आणि एकूणच एक शक्तिशाली संघ निर्माण होण्यात भर घालतात. अशा संघाला नेता नैपुण्याच्या उन्नत पातळ्यांवर घेऊन जाऊ शकतो.

प्रकरण २

आंतरिक शांततेतून निर्माण झालेल्या कर्मात महान शक्ती असते

***शिकवण :** तुमच्या स्वतःच्या जाणिवेचं निरीक्षण करून अंतर्यामी पूर्णपणे शांत आणि स्थिरचित्त व्हा.*

शांततेतून किंवा ध्यानात्मक अवस्थेतून निर्माण झालेल्या सर्व कृतींमध्ये, सर्व कर्मांमध्ये किंवा कामांमध्ये महान शक्ती असते हे समजून घेणं हे बुद्धानं जगात आणि मानवी जाणिवेत दिलेलं सर्वांत मोठं योगदान आहे. यशाच्या आणि नेतृत्वाच्या दृष्टिकोनातून हे समजून घेणं अतिशय महत्त्वाचं आहे. मनाच्या क्षोभाच्या, चिंताग्रस्ततेच्या, गोंधळाच्या किंवा तत्सम अवस्थेतून केलेल्या कोणत्याही कृतीच्या तुलनेत अस्तित्वाच्या शांततेतून (सीतिभावातून किंवा शीतलतेतून) निर्माण झालेल्या सर्व कृतींमध्ये अनंत शक्ती असते. ही गोष्ट मूलतः ध्यानात्मक अवस्थेत येऊन नंतर कृती करण्याशी संबंधित आहे. प्रेरणा, साहस, बांधिलकी, हेतू, निर्धार किंवा ठामपणा, दृढ संकल्प, स्पष्ट दृष्टिकोन, एकात्मता, सत्याविषयीची निष्ठा, विश्वासूपणा, अभिव्यक्तीची शक्ती, जबाबदारपणा, उचित निर्णय घेणं, समयसूचकता, प्रभावीपणे अधिकारांचा वापर करणं आणि समरसतापूर्ण सक्षमीकरण हे महान यशप्राप्तीचे आणि नेतृत्वाचे गुणधर्म कोणत्या ना कोणत्या प्रकारच्या अंतर्गत शांततेच्या अमर्याद शक्तीतून वाहत असतात.

आतापर्यंत जन्मलेल्या कोणत्याही अत्यंत महान व्यक्तीकडे अंतर्गत शांततेच्या अवस्थेतून कार्य करण्याची क्षमता होती. त्यांच्या कृती अत्यंत जोमानं सुरू असतानाही त्यांच्या अंतरंगात जवळजवळ ध्यानात्मक, तल्लीनतेचं, आत्मसात करण्यात आलेलं आणि शांततेचं मूल्य प्रस्थापित झालं होतं. म्हणून, त्यांनी जगात केलेल्या कोणत्याही कृतींमध्ये महान सौंदर्य आणि सर्जनशीलता होती. याचा मूलतः त्यांच्या अंतरंगातील सखोल वर्तनात्मक संरचनांशी संबंध होता.

अंतर्गत शांतता आणि शीतलता प्राप्त करण्यासाठी, बुद्धानं 'अनापानसती' म्हणजे आपल्या श्वासाचं निरीक्षण करण्यास सांगितलं आहे. श्वासाचं निरीक्षण करण्याच्या या कृतीलाच 'विपश्यना' असं म्हणतात. याचाच अर्थ जागरूकतेची रुजवणूक करण्याच्या साधनेची गुरूकिल्ली असा होतो आणि कोणत्याही प्रकारच्या सर्व कृतींकरिता ती वापरणं शक्य आहे. कोणत्याही परिस्थितीत तुमचं लक्ष तुमच्या श्वासाकडे वळवा. मग अगदी अवघड परिस्थितींमध्येही तुम्ही तत्परतेनं तुमच्या अंतर्गत स्वत्वाकडे याल आणि हीच आध्यात्मिकदृष्ट्या शांत, शीतल, निश्चल, स्थिरचित्त अवस्था असते. श्वासाचं निरीक्षण करणं ही शांततेची अंतर्गत अवस्था निर्माण करण्याची व्यवहार्य पद्धत आहे. भगवान शिवानंसुद्धा पार्वतीला याच तंत्राचं वर्णन सांगितलं आहे. खरं म्हणजे अंतर्गत शांतता शिकवणं हे कोणतंही विशिष्ट तंत्र नाही. आपण केलेल्या संकल्पावर ठाम राहणं असा याचा अर्थ आहे. 'बाह्य परिस्थिती किंवा स्थिती कशाही असल्या तरी माझ्या अंतर्गत जगात त्या क्षणी मी शांतच राहीन. मी आतून स्थिरचित्त, निश्चिंत आणि शांतच असेन.' असा संकल्प करून त्यावर ठाम राहणं असा याचा अर्थ आहे. हा संकल्प विशेषतः नेत्यांसाठीही अत्यंत उपयुक्त ठरतो, कारण नेतृत्व करण्यासाठी अंतर्गत शांतता आणि संयम बाळगून काम करण्याची गरज असते. खरं म्हणजे व्यक्ती कोणत्याही तंत्राचं अनुकरण न करण्याच्या पर्यायाची निवड करू शकते, आणि तरीही या संकल्पामुळे तिच्यामध्ये अंतर्गत शांततेचा मनोभाव निर्माण होतो. बाह्य घटना-घडामोडींचा स्वतःवर परिणाम होऊ देण्याऐवजी फक्त तुमच्या अंतर्गत शांततेकडे वळण्यास विसरू नका. आपल्या मनात क्षणोक्षणी गर्दी करणाऱ्या वरवरच्या विचारांपासून दूर राहावं आणि त्याऐवजी अस्तित्वाच्या अधिक खोलवरच्या व आपल्या आध्यात्मिक वास्तवाच्या अधिक मूलभूत अंतर्गत स्तरांचा उपयोग करून घेतला जावा, असा यामागचा विचार आहे.

या विचाराचं सार असं आहे : प्रभावशाली होण्यासाठी मनाच्या पडद्याला शांत करा आणि तुमच्या आत खोलवर वसणाऱ्या अधिक महान ऊर्जेला अंतर्गत जगात कार्य करण्याची मुभा द्या. ज्या वेळी तुमचं अंतःकरण आणि मन अत्यंत शांत अवस्थेत असतं, फक्त त्याच वेळी सर्जनशील ऊर्जेचा वापर करता येतो. या अंतर्गत शांततेच्या माध्यमातून ज्या वेळी कृती केली जाते, त्या वेळी तिच्यात साहस, शक्ती येते आणि कोणत्यातरी अतिशय विशेष घटकाची कृपा प्राप्त होते. त्या सगळ्यात एक प्रकारचं औचित्य येतं. सातत्यानं फक्त आत्मस्तुतीचे ढोल वाजवत बसलेले काही लोक तुम्हाला कामाच्या ठिकाणी भेटले असतील. त्यांच्या दृष्टिकोनाविषयी आणि इतर गोष्टींविषयी ते तावातावानं बोलताना आढळत असतील. परंतु, ज्या वेळी कृती करण्याची वेळ येते त्या वेळी ते बेफिकिरीनं वागतात. नेत्यांमध्ये आढळणारा हा अतिशय चीड आणणारा गुणधर्म असतो. होय, काही वेळा काम करून घेण्यासाठी तुम्हाला उचित प्रकारच्या प्रसिद्धीची गरज असते. तुम्हाला विशिष्ट प्रकारचा प्रचारही करावा लागतो. युद्ध जिंकण्यासाठी तुम्ही नेतृत्व करत असलेल्या तुमच्या सैन्यदलाची कवायत करत तुम्हाला मिरवणूक ही काढावीच लागते. परंतु शांतपणासोबत प्रचंड धैर्य असण्याची क्षमता हा व्यक्तीचा सर्वाधिक स्फूर्तिदायक गुणधर्म आहे. या गुणधर्मातूनच आपल्याला ज्या प्रकारे वस्तूंचं, प्रक्रियांचं मानसिक आणि भावनिक आकलन होतं आणि अखेरीस आपण कृती करतो त्याविषयीची महत्त्वपूर्ण जाणीव आपल्यामध्ये निर्माण होते.

म्हणून साहस आणि शांतपणा यांचं मिश्रण करून ते वापरण्याची क्षमता हे महान नेत्याचं लक्षण असतं हे आपण समजून घेतलंच पाहिजे. सुभाषचंद्र बोस यांच्यासारख्या महान नेत्यांमध्ये तुम्हाला या गुणांचं मिश्रण दिसून येतं. बोस हे एक महान विचारवंत-योद्धे होते. त्यांनी भारतीयांना अत्यंत सखोल मनो-आध्यात्मिक पातळीवर संघटित केलं. त्यांच्याकडे प्रचंड ताकद, ऊर्जा होती. संघर्ष आणि युद्ध यांच्या दरम्यान, ते अत्यंत सक्रिय होते. तरीही त्यांच्या व्यक्तिमत्त्वात एक प्रकारची सखोल शांतता, संयम आणि स्थिरचित्तता व मनाचा संघटितपणा होता. जणूकाही ते ध्यानात्मक पवित्र्यातून काम करत असावेत अशा प्रकारे ते गतिशील होते. खरोखरच्या महान नेत्यांच्या कामातूनही अशाच प्रकारचं तत्त्व दिसून येतं.

बुद्धानं सातत्यानं लोकांना त्यांच्या अंतर्यामी शांततेची निर्मिती करण्यासाठी स्फूर्ती दिली. ही गूढ आध्यात्मिकता अखेरीस चीन आणि जपानपर्यंत स्थानांतरित झाली. चीनमध्ये शाओलीन मार्शल आर्टमधून ती दिसून येते. या मार्शल आर्टचे कलाकार अगदी त्या कलेच्या सादरीकरणाच्या किंवा वापराच्या दरम्यानसुद्धा अत्यंत शांत आणि संयमित असतात. असं असेल तरच कुंग फू या रिकाम्या मुठीच्या शक्तीला आणि इतर गोष्टींनाही खरोखरचा अर्थ प्राप्त होतो. खरं म्हणजे आधुनिक युगात ब्रुस लीनं ही गोष्ट अत्यंत परिणामकारकपणे दाखवून दिली होती. तो याविषयी अतिशय तात्त्विक पद्धतीनं बोलत असे. ''व्यक्तीनं पाण्यासारखं असलं पाहिजे आणि पाण्याला ज्या भांड्यात ठेवण्यात आलं असेल त्याचा आकार ते धारण करतं. व्यक्तीनंही हा गुणधर्म आत्मसात केला पाहिजे'', असं तो म्हणत असे. नदीचं पाणी थंड आणि वाहतं असतं, परंतु तरीही त्यात मोठी शक्ती असते. म्हणून 'पाण्यासारखं असणं' हा बुद्धाचा गुणधर्म आहे आणि मार्शल आर्टिस्ट व त्या क्षेत्रातील लोकांनी त्यात प्रभुत्व मिळवल्याचं मानलं जातं. त्यांच्याप्रमाणेच प्रत्येक क्षेत्रातील लोकांनी त्यात प्रावीण्य मिळवलं पाहिजे. झेन तत्त्वज्ञानाचा हाच आधार आहे. सामुराईची कार्यपद्धती अत्यंत शांत असली पाहिजे, असं म्हटलं जातं. अगदी निन्जांच्या मार्शल संहितेतसुद्धा त्यांनी अतिशय शांत आणि संयमित असलं पाहिजे असं मानलं जातं. हे बौद्ध धर्माचं तत्त्व आहे.

ज्या लोकांकडे प्रचंड धैर्य असतं तेच लोक अतिशय क्रियाशील, गतिशील असल्याचं तुम्हाला आढळून येईल. त्यांच्याकडे अगदी अग्नीतूनसुद्धा तावून सुलाखून निघण्याचं धैर्य असतं. ते तिथेही शांतपणे आणि संयमानं राहतात. अत्यंत महान सैनिकही युद्धात असेच राहतात. महान सेनापतींकडे अशी क्षमता असते. क्रीडाक्षेत्रातील काही खेळाडूंकडेही अशी क्षमता असल्याचं तुम्ही पाहिलं असेल. सचिन तेंडुलकर आणि विनोद कांबळी यांसारख्या क्रिकेटच्या दोन खेळाडूंमधील फरकाचा विचार करा. कौशल्याचा विचार करता सचिन तेंडुलकर आणि विनोद कांबळी हे दोघेही जवळजवळ सारखेच आहेत. खरं म्हणजे सुरुवातीच्या काळात अनेक लोक असं म्हणत होते की, कांबळीकडे क्रिकेटमधील कुठलीतरी महान आणि खास बुद्धिमत्ता व कौशल्य आहे. परंतु स्वभावातील, चरित्रातील शांतता हा बहुधा त्या दोघांमधील महत्त्वाचा फरक आहे. सचिन तेंडुलकरच्या

व्यक्तिमत्त्वातून त्याचा शांतपणाचा गुणधर्म अतिशय उत्तम प्रकारे दिसून येतो. तो नेहमीच शांत, संघटित, संयमित असतो आणि तरीही नेहमीच धाडसीपणानं खेळतो. म्हणून तो एक महान सक्रिय, गतिशील खेळाडू म्हणून उदयास आला. लोक त्याच्यावर फक्त प्रेमच करत नाहीत, तर त्यांच्या मनात त्याच्याविषयी आदराची भावनाही आहे. म्हणून एक खेळाडू म्हणून त्याच्याकडे खरोखरचं 'मार्गदर्शक नेतृत्व' आहे. तो उत्तम, कुशल आणि करिष्मा असलेल्या खेळाडूचं एक उत्तम उदाहरण आहे.

नेतृत्वाचं हे तत्त्व सर्व क्षेत्रांना लागू पडतं. व्यवसायाच्या जगात तुम्हाला ते दिसू शकतं, राजकारणाच्या जगतात तुम्ही ते पाहू शकता. धर्माच्या जगात तुम्हाला ते आढळतं...अशा प्रकारे अनेक क्षेत्रांमध्ये तुम्हाला ते आढळू शकतं. जे लोक खरोखरच एखाद्या आणीबाणीच्या किंवा स्फोटक प्रसंगीही शांत आणि संघटित राहू शकतात, त्यांनाच महान नेते म्हणून कायमच स्मरणात ठेवलं जातं. नेल्सन मंडेलांमध्ये हे तत्त्व दिसून आलं होतं. दक्षिण आफ्रिकेच्या वर्णद्वेषी सरकारनं त्यांची बदनामी केली, त्यांच्यावर घणाघाती टीका केली. पण ते त्या वेळीही शांत आणि स्थिरचित्तच होते. तुम्हाला कधीही त्यांच्या चेहऱ्यावरची शांतता ढळल्याचं दिसणार नाही. त्यांच्या चेहऱ्यावर नेहमीच शांततेचे आणि संयमाचे संघटित भावच होते. त्यांनी नेहमीच त्यांच्या अंतर्यामी शांततेची भूमिकाच बाळगली होती. म्हणूनच विसाव्या शतकात जनमानसात नेता म्हणून त्यांना अद्वितीय आदर लाभला. इतकंच नव्हे, तर खरं म्हणजे त्यांचे विरोधक त्यांच्या समोर मूर्ख वाटावेत अशा प्रकारे ते शांतपणे त्यांचा सामना करत होते आणि त्यांचे विरोधक त्यांच्याविषयीच्या तीव्र तिरस्कारातून, प्रचंड संतापातून त्यांच्या विरोधात गदारोळ उठवत होते. मंडेलांनी या सगळ्या कृती त्यांच्या व्यक्तिमत्त्वात असलेल्या आत्यंतिक धैर्य आणि शांतता यांच्या मिश्रणातून केल्या होत्या. म्हणून नेतृत्वाचा हा अत्यावश्यक गुणधर्म आहे आणि अशा शिकवणुकी या बुद्धाच्या शिकवणुकीचाच गाभा आहेत.

जपानमधील ॲकिडो मार्शल आर्टचा किंवा ज्युदो मार्शल आर्टचा विचार करा. (जीवनाच्या सर्वच क्षेत्रांमध्ये प्रावीण्य मिळवण्याच्या बुद्धाच्या अधिक व्यापक तत्त्वांपासूनच या दोन्ही मार्शल आर्टना स्फूर्ती मिळाली आहे.) मार्शल आर्टचा उपयोग करणारी व्यक्ती दुसऱ्या व्यक्तीच्या शक्तीचा अत्यंत शांतपणे तिच्याच विरोधात उपयोग करून घेते. त्याच्यावर मात

करण्यासाठी, त्याला नेस्तनाबूत करण्यासाठी ती विरोधकाच्याच शक्तीचा वापर करते. त्याची शक्ती ती सहजगत्या आपल्या शक्तीत मिसळून टाकते. त्यानंतर ती सहजपणे विजयी होते. एक चांगला नेताही हेच करतो. तुमचं मन अतिशय शांत असतं, त्याच वेळी तुम्ही हे करू शकता. ज्या वेळी प्रतिस्पर्धी तुमच्यावर हल्ला करतो, त्या वेळी तुम्ही त्याच्याच शक्तीचा त्याच्याच विरोधात वापर करता. त्याची ऊर्जा, त्याची शक्ती तुमच्या शक्तीत सहजपणे मिसळून गेलेली असते आणि तेव्हाच तुम्ही विजयी होता.

म्हणून हा उत्स्फूर्ततेचा प्रश्न आहे. तुमच्या मनाच्या उत्स्फूर्त शांततेत विलक्षण शक्ती असते. मनाच्या या शीतलतेला, शांततेला तुमच्या कृतीतून बाहेर पडू देण्याची, प्रवाहित होण्याची मुभा देण्याचा हा प्रश्न आहे. याच्यातून प्रचंड गतिशीलतेची निर्मिती होते.

बुद्धानं कधीही भौतिक प्रतलावर, ऐहिक जगात चमत्कार करून दाखवण्यावर विश्वास ठेवला नव्हता, हा बुद्धानं केलेला खरा चमत्कार आहे. स्वतःची जाणीव हाच एकमेव खरा चमत्कार आहे, तिथेच आपल्याला खरा चमत्कार दिसून येतो, असं तो म्हणत असे. या चमत्कारांचा वापर करून घेण्यासाठी शांततापूर्ण मनाची गरज असते. असं मनच खोलवर आपल्या स्वत्वाच्या, अंतरात्म्याच्या स्रोतापर्यंत जाऊ शकतं आणि त्या स्रोतात अपार शांतता असते. आत्म्याच्या पातळीवर, आपल्या अंतर्गत अस्तित्वाच्या पातळीवर प्रगाढ शांतता असते. ही गोष्ट महासागराच्या पृष्ठभागासारखी असते. महासागराच्या लाटा अत्यंत खळखळाट करणाऱ्या असतात. परंतु, जसजसे आपण महासागरात खोलवर शिरू लागतो, तसतसा तिथला प्रवाह अधिकाधिक थंड, शांत आणि शीतल होत जातो. म्हणून खोलीसाठी गतिशीलतेची गरज असते. खोलीसाठी शांततेची गरज असते. त्याचप्रमाणे हबल डीप फील्ड दुर्बिणीतून घेतलेल्या छायाचित्राकडे पाहिलं तरी तुम्हाला तिथेही हेच तत्त्व आढळेल. तुम्हाला असं आढळेल की, अगदी ब्रह्मांडातसुद्धा जवळजवळ अविश्वसनीय पातळीवरची गतिशीलता असते. तिथे आत्यंतिक सक्रियता असते. तिथे तारे निर्माण करणाऱ्या प्रचंड ऊर्जेची निर्मिती होते. आकाशगंगा सातत्यानं गतिशीलतेनं परिभ्रमण करतात. तिथे अनेक गोष्टी गतिशील अवस्थेत असतात. परंतु ज्या वेळी तुम्ही संपूर्णतेतील अधिक मोठ्या प्रतिमेकडे पाहता, त्या वेळी तिथे तुम्हाला शीतलतेची, शांततेची जाणीव होते. ऐहिक, भौतिक जगात मोठ्या प्रमाणात

विस्कळीतपणा दिसत असला आणि उलथापालथ होत असल्याचं दिसत असलं तरी सृष्टीच्या केंद्रस्थानी हाच गाढ शांततेचा, निश्चलतेचा गुणधर्म अस्तित्वात असतो.

म्हणून अधिक शांततेच्या भावनेतून चराचरांच्या अधिक व्यापक चित्राकडे पहा. ज्याप्रमाणे गरुड खूप उंचावरून सगळ्या गोष्टींचं निरीक्षण आणि सर्वेक्षण करतो, तसंच हे असलं पाहिजे. चराचरांकडे गरुडाच्या दक्ष नजरेनं पहा. त्यानंतर नेता म्हणून करावयाच्या गोष्टींबाबत तुम्ही अधिक जागरूक, अधिक अंतर्दृष्टी प्राप्त केलेले व्हाल. गरुड आकाशात खूप उंच उडतो. तिथे तो शांतपणाच्या अवकाशात स्वतःला प्रस्थापित करतो. त्याच्याकडे अद्वितीय दृष्टी असते. इतक्या उंचावरून उडताना तो सर्व गोष्टींकडे अत्यंत शांतपणानं पाहू शकतो. प्रत्येक व्यक्तीनं गरुडासारखी शांत आणि संघटित दृष्टी आत्मसात केली पाहिजे. बुद्धाच्या सत्याविषयीच्या मर्मदृष्टींपासून स्फूर्ती घेण्यात आलेली अशी दृष्टी आपल्यामध्ये बिंबवणं ही यशाची आणि नेतृत्वाची गुरूकिल्ली आहे.

प्रकरण ३

पद जाऊ शकतं,
पण आंतरिक शक्ती जात नाही

शिकवण : *बुद्ध अथांग, अनंत आत्मशक्तीचं प्रतिनिधित्व करतो. तुमच्या अंतर्गत असलेल्या शक्तीला इतर कोणतीही गोष्ट पर्याय ठरू शकत नाही किंवा कोणतीही गोष्ट तिच्यात बदलही घडवू शकत नाही. तुमची आत्मशक्ती अमर्याद असते. एकदा हे ज्ञान प्राप्त करून घेतल्यानंतर कोणताही चांगला नेता कोणत्याही प्रतिकूल परिस्थितीत किंवा संकटकाळात कधीही विचलित होत नाही.*

नेतृत्व आणि यश यांचा प्रश्न येतो त्या वेळी आध्यात्मिक मार्ग इतका महत्त्वाचा का असतो? कारण, आपल्याकडे आंतरिक शक्ती (आंतरबल) असल्याची आणि या शक्तीचा नाश करणं कधीही शक्य नसल्याचं आपल्याला प्रामुख्यानं आध्यात्मिक मार्गाच्या साहाय्यानंच समजतं. बाह्य परिस्थिती आपल्या दृष्टीनं कितीही प्रतिकूल असली, अगदी आपल्याला आपलं पद गमवावं लागलं तरी सगळ्या प्रतिकूलतांवर मात करणं शक्य व्हावं इतकी आपली वैयक्तिक अंतर्गत शक्ती प्रबळ असली पाहिजे. सर्व बाह्य समस्या आपोआपच सोडवल्या जाव्यात इतक्या प्रमाणात आपल्याला आतून ज्ञानी करणं हा बुद्धाच्या शिकवणुकीचा खरा हेतू आहे.

जीवन ही अत्यंत अनिश्चित प्रक्रिया आहे. ती मनासारखीच असते. मन आपल्या विचारांच्या प्रतिमांमध्ये आणि भावनांमध्ये सातत्यानं बदल घडवत राहतं. जीवनही असंच असतं. ते सतत बदलत राहतं. तरीही जगाच्या भौतिक परिस्थितींच्या पलीकडे आणि मनाच्या विचारांच्या पलीकडे एक आंतरिक शक्ती असते आणि ती तुमची असते. फक्त पदार्थापुरते किंवा द्रव्यापुरतेच सीमित राहू नका. भौतिक ज्ञानाच्या पलीकडे जाऊन प्रत्यक्ष जीवनाच्या मूळ स्रोतांना समजून घेणं हाच गूढ अध्यात्मवाद आहे. तुमच्या जीवनऊर्जेला (सत्तीला) समजून घ्या आणि तिला शक्तिशाली करा.

बुद्ध तुमच्या जीवनशक्तीचा म्हणजेच तुमच्या ऊर्जेचा विकास करण्याचा आणि तिला मजबूत करण्याचा प्रयत्न करतो. याचा अर्थ तुमच्या आंतरिक शक्तीला मजबूत करणं असा होतो. तुमच्या मध्यवर्ती केंद्राला तुम्ही स्पर्श करता आणि असं करून तुम्ही फक्त शक्तिशालीच होत नाही, तर तुम्ही निश्चितही होता; तुमच्या मनातील तणाव दूर होतो. तुम्ही शांततामय अवस्थेत जाता. आपल्या अंतर्यामी आपण कोण आहोत त्याचं स्मरण केलंच पाहिजे याविषयी तुम्ही फक्त जागरूक असण्याची आवश्यकता असते. तुम्ही म्हणजे शरीर नाही, तुम्ही म्हणजे मन नाही, तुम्ही म्हणजे परिस्थिती नाही. तुम्ही या सगळ्याच्या पलीकडे आहात याची स्वतःला आठवण करून द्या. त्यानंतर तुम्ही अधिकाधिक शक्तिशाली होत जाल. अशा प्रकारे संन्यासी आणि योद्धे या दोहोंनाही याचं ज्ञान होतं की, काहीही झालं किंवा केलं तरी अंतर्गत, आंतरिक शक्तीला नष्ट करता येत नाही.

ज्या वेळी माणसाला याचं खात्रीशीर ज्ञान होतं, त्या वेळी त्याच्या किंवा तिच्या कृती या आत्म्याच्या आणि मनाच्या महान शक्तीच्या साहाय्यानं पार पडतात. हे ज्ञान असलेल्या व्यक्तीकडे थेट स्पष्टता असते. तुम्हाला ती दिसते आणि तिच्या मनोभावांतून तुम्हाला तिची अनुभूतीही येते. त्यानंतर अशा व्यक्तीकडे लोक आकर्षित होतात. ही एक नैसर्गिक प्रक्रिया असते.

माणूस हा अतिशय लहान असल्यासारखा वाटतो; परंतु, आपल्या अंतर्यामी आपल्याकडे जीवनऊर्जेच्या आणि अंतर्गत शक्तीच्या अनंत शक्ती असतात. हेच बुद्धाच्या शिकवणुकीचं सार आहे. त्याने याचंच प्रतिनिधित्व केलं. आपण सर्जनशीलतेनं जे काम हाती घेऊ त्याच्या माध्यमातून आणि आपल्या अंतर्गत तेजाच्या जाणिवेतून आपल्या या अंतःशक्तीला आपण लोकांसह वाटून घेतलं पाहिजे या दृष्टिकोनाची त्याने त्यात भर घातली. जर

आपण असं करू शकलो तर आपण इतरांशी कोणत्या ना कोणत्या प्रकारे संपर्क साधण्यात यशस्वी होतो. आपल्या मनातील चिंता आपण दूर करतो. तिची जागा आत्मविश्वासानं घेतलेली असते आणि नेतृत्व तर प्रामुख्यानं आत्मविश्वासावरच अवलंबून असतं.

बुद्धाचा दृष्टिकोन अत्यंत नावीन्यपूर्ण, असामान्य आणि परिवर्तनवादी होता, कारण त्याने 'देवाच्या' अस्तित्वाला थेट मान्यता दिली नसली तरी तो असं सांगतो की, आपल्यापैकी प्रत्येकाच्या अंतरंगात अंतर्गत मूल्याचं अंतर्ज्ञानात्मक आकलन आणि जाणीव करून घेण्याची देवसदृश क्षमता आहे. ही देवसदृश क्षमता तुमच्या आकलनात, अंतर्दृष्टीत आणा. त्यानंतर जीवनातील प्रत्येक गोष्टीत तुमचा जय होईल, कारण आपल्या अंतर्यामी असलेल्या शक्तीला कोणीही पराभूत करू शकत नाही या जाणिवेनं तुमच्या मनात गाढ साहस निर्माण होईल. अशा प्रकारच्या भावना हेच प्रेरणांचं आणि स्फूर्तीचं सार असतं. जर एखाद्या व्यक्तीला अशी जाणीव झाली आणि या भावनेची स्पंदनं तिच्या मनात निर्माण झाली तर तीच भावना ती तिच्या टीमच्या मनातही प्रक्षेपित करू शकते. जर तुमच्या टीमच्या मनात तुम्ही ही भावना प्रक्षेपित करू शकलात तर तुम्ही त्यांच्या जीवनातील एक महान प्रेरणादायक शक्ती व्हाल. अखेरीस, टीमच्या अस्तित्वातील प्रेरणादायी शक्ती होणं हेच नेतृत्वाचं सार आहे. त्यांची अंतर्यामीची शक्ती महत्त्वाची आहे, असा विश्वास टीमच्या मनात निर्माण करा. ज्या वेळी एकत्रितपणे काम करण्याच्या त्यांच्या जाणिवेचा त्यांच्या आंतरिक शक्तीशी मिलाप होईल, त्या वेळी तुम्हाला उत्तम फलितं मिळणं क्रमप्राप्तच असेल. त्यानंतर तुम्हाला मिळणारी फलितं ही नावीन्यपूर्ण आणि सर्जनशील स्वरूपाची असतील. तुम्ही जर समुदायाच्या किंवा गटाच्या ऊर्जेपेक्षा 'फलिताला' अधिक महत्त्व देत असाल तर तुम्ही चूक करत आहात. गटाची किंवा समुदायाची ऊर्जा ही अत्यंत महत्त्वाची असते. समुदायाची ऊर्जा हा अधिक उच्च यशाचा, तृप्ततेचा, खऱ्या परस्पर सहकार्याचा आणि सामाईक यशाचा अत्यंत महत्त्वाचा घटक असतो.

प्रत्येक टीममध्ये किंवा गटात विशिष्ट प्रकारचा मनोभाव, एक विशिष्ट प्रकारची ऊर्जा अस्तित्वात असल्याचं तुम्हाला जाणवेल. काही टीममध्ये चैतन्यशील ऊर्जेची प्रचंड स्पंदनं जाणवत असतील तर काही टीम या बाबतीत अगदीच मृतवत, निस्तेज वाटत असतील. त्यांच्यामध्ये उत्कट

इच्छेच्या आध्यात्मिक आणि भावनिक गुणधर्माचा अभाव असेल. ज्या टीममध्ये उत्कट इच्छेचा अभाव असतो त्या फारशा सर्जनशील नसतात. टीममधील सर्जनशीलता म्हणजे काय? याच्यातून असा अर्थ ध्वनित होतो की, लोकांना विकास करून घेण्याची इच्छा आहे. नावीन्यपूर्ण कल्पनांच्या पुढच्या पातळीवर मोठी झेप घेण्याची लोकांची इच्छा आहे आणि अशा प्रकारे आपण जगलं पाहिजे असं त्यांना वाटतं, असं यातून दिसून येतं. असे लोक कशालाही घाबरत नाहीत. म्हणून टीमच्या जाणिवेतून भीती काढून टाकणं महत्त्वाचं असतं. त्यांच्या अंतर्गत शक्तीची त्यांना आठवण करून देऊन नेता हे करू शकतो. या शक्तीचा उपयोग करा, या ऊर्जेला एकत्रित करा आणि तुमचं उद्दिष्ट साध्य करण्यासाठी तिचा वापर करा. मुळातच श्रेष्ठ नेतृत्वाचा हाच अर्थ आहे. म्हणून नेत्याकडे या मूल्यांची जाण आणि त्यांच्याविषयीची दक्षता असली पाहिजे. त्याने त्यांच्यात वाढ केली पाहिजे. नकारात्मकता काढून टाकली पाहिजे, म्हणजे तिथे फक्त सकारात्मकताच उरेल. टीममध्ये उत्स्फूर्ततेची आणि आनंदाची भावना असली पाहिजे. फक्त त्या माध्यमातूनच टीम हे महान यश प्राप्त करण्याचं साधन होईल, अन्यथा ती टीम सर्वसामान्यच राहील.

आगामी काळात मानवी समाजाच्या टीमच्या किंवा सांघिक ऊर्जेचा प्रश्न अधिकाधिक महत्त्वाचा होत जाईल. कौशल्याधारित कामाचा विचार करता या कामाचा बराचसा भाग हा कृत्रिम बुद्धिमत्तेकडे हस्तांतरित केला जाईल. परंतु, मानवी जीवनऊर्जा मात्र अद्याप मानवी चेतनेच्या किंवा जाणिवेच्या कक्षेतच असेल. म्हणून सांघिक ऊर्जेत सकारात्मकता निर्माण करण्यास सक्षम असलेल्या टीम अजिंक्य होतील आणि इथेच आंतरिक शक्तीमध्ये, आंतरिक ऊर्जेत, अंतर्ज्ञानात आणि जवळजवळ गूढ आध्यात्मिक सर्जनशीलतेत संवेदनशीलतेची निर्मिती करणं याचा नेमका काय अर्थ होतो हे समजून घेण्यासाठी बुद्धाची शिकवणूक समजून घेण्याची गरज आहे. अंतर्गत भावनांना बाह्य कृतींमध्ये प्रविष्ट करता आलं पाहिजे. जर टीममध्ये तुम्ही या गोष्टीला सकारात्मक पद्धतीनं प्रोत्साहन दिलं तर तुम्ही अष्टपैलू नेता म्हणून यशस्वी होता, अन्यथा नेता म्हणून तुम्ही यशस्वी होत नाही.

ही गोष्ट फक्त बौद्धिक क्षमतेशी निगडित नाही. मानवी समाज हा निव्वळ बुद्धीच्या माध्यमातून काम करत नाही. माणूस मोठ्या प्रमाणात भावनांच्या, अंतःप्रेरणांच्या माध्यमातून काम करतो. बुद्ध यात खोलवर

जातो. विचारांच्या मागे भावना असतात आणि भावनांच्या मागे उत्पादनक्षम, फलदायी जाणीव किंवा चेतना असते. म्हणून टीमला मूलभूत जाणिवेच्या पातळीवर अनंत शक्ती असल्याच्या भावनेनं प्रेरित करा. ही शक्ती तुमच्या स्वतःच्या अंतर्ज्ञानाच्या जाणिवेतून प्रवाहित झाली पाहिजे आणि तिने सातत्यानं लोकांना प्रेरणा दिली पाहिजे. फक्त सखोल प्रेरणेच्या मनोभावातूनच खऱ्या आणि प्रत्यक्ष भौतिक गोष्टींच्या संदर्भात मूल्यनिर्मितीचं यश प्राप्त होतं. अस्सल, विश्वासार्ह ऊर्जा म्हणून तिची निर्मिती करा. त्यानंतर टीम तुम्हाला अपयशी होऊ देणार नाही, कारण त्या वेळी टीमच्या अत्यंत खोल, अंतर्यामीच्या अस्तित्वाच्या केंद्रस्थानी विशुद्ध शक्ती असेल.

बुद्ध नेहमीच असं म्हणत असे की, तुमच्या बुद्धत्वाची किंवा आत्मज्ञानाची (संबोधीची) जाणीव करून घेण्यासाठी तुम्हाला किती वेळ लागला ते महत्त्वाचं नसतं. तुमचं हृदय आणि मन, तुमची संपूर्ण शक्ती तुम्ही याच इच्छेवर एकवटली, तिच्यात तुमची ऊर्जा गुंतवली तर अगदी काही सेकंदांमध्येसुद्धा तुमच्या मनात ही जागृती होऊ शकते. आध्यात्मिकतेनं प्रेरित तत्त्वांचा हाच चमत्कार आहे. म्हणूनच तुमचं काम किंवा पद काहीही असलं तरी नेता म्हणून आपल्या स्वतःच्या छोट्या 'चमत्कारांना' निर्माण करण्यासाठी या तत्त्वांना कसं लागू करता येईल हे आपण शिकलंच पाहिजे. आपल्याला आतून कसं वाटतं, आपल्या स्वतःच्या अंतर्गत शक्तीवर आपण कसा भर देतो आणि त्याबदल्यात अंतर्गत शक्तीच्या जाणिवेसह आपल्या टीमला प्रेरणा आणि स्फूर्ती देण्यात आपण किती सक्षम असतो यावर ते अवलंबून असतं. हेच नेत्यासमोरचं खरं आव्हान असतं. ही गोष्ट व्यवहार्य कृतीत उतरवण्यासाठी आपल्याला फक्त त्याविषयी अधिक जागरूक होण्याची गरज असते.

प्रकरण ४

प्रज्ञा मनाच्या तुलनेत अलौकिक, श्रेष्ठ असते

शिकवण : *अंतःप्रेरणेतून स्फुरलेल्या ज्ञानात (प्रज्ञेत) भावना आणि विचार शांत असतात आणि त्याच्यात समरसता व उचित विचार व सावधानता यांची उच्च मूल्यं जागृत झालेली असतात. अशा अंतर्ज्ञानाचा विकास व रुजवणूक करणं हे प्रत्येक जबाबदार नेत्याचं कर्तव्य असतं.*

बुद्धाच्या दृष्टिकोनानुसार, अंतर्ज्ञानानं प्राप्त होणारं अनुभवजन्य ज्ञान, विशुद्ध ज्ञान (प्रज्ञा) हे नेहमीच मनाच्या तुलनेत श्रेष्ठ असतं. खऱ्या ज्ञानात समरसता (मेट्टा) आणि प्रेम (स्नेह) या दोहोंचाही समावेश असतो. समरसता किंवा इतरांचं कौतुक करण्याची व त्यांना समजून घेण्याची क्षमता नसेल आणि प्रेमाची स्नेहमय भावना नसेल तर ज्ञानाचा उदय होत नाही. हे प्रेम कामाविषयीचं, लोकांविषयीचं किंवा आपल्या स्वतःच्या अस्तित्वाविषयीचं असू शकतं. आता ही गोष्ट नेतृत्वाच्या दृष्टिकोनातून अतिशय महत्त्वाची आहे, कारण अखेरीस, नेत्यानं ज्ञानाच्या माध्यमातूनच नेतृत्व केलं पाहिजे. ही अतिशय महत्त्वाची गोष्ट आहे.

अशा प्रकारचं ज्ञान नसेल तर कोणताही नेता लोकांना नरकसदृश परिस्थितींमध्ये ढकलून देऊ शकतो. म्हणून प्रामाणिक प्रज्ञा हा कोणत्याही नेतृत्वाच्या भूमिकेचा अविभाज्य भाग असतो. या प्रज्ञेचा अर्थ फक्त बुद्धानं सांगितलेलं ज्ञान असा होत नाही, तर लोक सर्वसामान्यपणे विचार करत

असलेल्या ज्ञानाहून श्रेष्ठ ज्ञान असा त्याचा अर्थ आहे. तरच तुम्हाला नेता म्हणून मूल्य प्राप्त होतं. तुम्ही जर इतर लोक विचार करत असलेल्या गोष्टीच करत असाल तर तुम्ही नेता होऊ शकणार नाही. नेत्याकडे हा एक्स फॅक्टर किंवा अतिरिक्त घटक असतो आणि तो घटक म्हणजेच ही प्रज्ञा असते.

जगाला अनेक प्रकारच्या अधिकाधिक संकटांना तोंड द्यावं लागत असल्यामुळे पूर्वी कधीही नव्हती इतकी आज नेतृत्वात प्रज्ञेची अधिक गरज निर्माण झाली आहे. हे समजून घेणं अतिशय महत्त्वाचं आहे. बौद्ध दृष्टिकोनातून विचार करता, यालाच 'समायोजित विचार' (सतिपात्थना) असं म्हटलं जातं. याचा अर्थ ध्यान करणारी व्यक्ती झालं पाहिजे किंवा संन्यास घेतला पाहिजे, तपस्वी झालं पाहिजे असा मुळीच नाही. याचा अर्थ तुमच्या अस्तित्वात जागृतीतून विचार करण्याचा गुणधर्म बाणवला पाहिजे असा आहे. जागृतीतून विचार करण्याच्या गुणधर्माच्या माध्यमातून उत्स्फूर्तपणे प्रज्ञेचा उदय होतो. अन्यथा, आपण फक्त आपल्या मनात होणाऱ्या विचारांच्या पुनरुक्तीनुसार कार्य करतो. जगातील अनेक नेत्यांमध्ये आपल्याला हे दिसून येतं. त्यांचा स्वतःचाच इतका गोंधळ उडालेला असतो की, अशा परिस्थितीत ते इतक्या प्रचंड संख्येतील विशाल लोकसंख्येच्या हिताचा विचार करून त्यांचं कल्याण कसं काय करू शकतील? संपूर्ण इतिहासभर आपल्याला असाच प्रवाह दिसतो. प्रज्ञा नसलेल्या नेत्यांनी राष्ट्रांना फक्त संघर्षांच्या, युद्धाच्या किंवा रक्तपाताच्या खाईत ढकलून दिलं आहे. अर्थातच, हे तत्त्व मानवी जीवनातील कोणत्याही क्षेत्राला लागू पडतं. व्यवसाय, व्यापारी उद्दिष्ट किंवा इतर कोणतीही गोष्ट असली तरी त्या क्षेत्रात केल्या जाणाऱ्या प्रयासांना ते लागू पडतं.

प्रत्येक प्रकारच्या नेतृत्वात अंतःस्फुरित भाग असावाच लागतो. मग ते नेतृत्व व्यावसायिक, राजकीय, संघटनात्मक, शास्त्रीय, तंत्रज्ञानविषयक, कलात्मक इ. कोणत्याही क्षेत्रातील असलं तरी त्याच्याकडे सर्वसामान्य विचारसरणीहून श्रेष्ठ असलेला अंतर्ज्ञानाचा भाग असावाच लागतो. मग हा अंतःस्फूर्तीचा भाग म्हणजे नेमकं काय असतं? जगात नेतृत्व करत असलेल्या लोकांच्या मनात लोकांचं हित साधण्याची, त्यांच्या कल्याणाची आणि त्यांच्याविषयीच्या प्रेमाची भावना असेल तरच हा अंतःस्फूर्तीचा भाग सक्रिय होतो. लोकांना तुमच्याशी जोडण्यासाठी तुम्ही करत असलेल्या गोष्टीत स्नेह किंवा प्रेम असणं म्हणजे अंतःस्फूर्ती होय. त्यामुळे लोक

तुमच्याशी आपोआपच जोडले जातात. आगामी काळात या स्नेहातून व्यावसायिक लाभही मिळतो, कारण तो स्नेहभाव कोणत्या ना कोणत्या भक्कम आणि सत्य गोष्टीवर आधारित असतो.

काही मूल्यं ही यशाचे सर्वांत अंतर्गत आधारस्तंभ म्हणून काम करतात. त्यांना पर्याय नसतो. प्रज्ञेतून काम करणं आणि प्रज्ञेतून नेतृत्व करणं हे त्यांपैकीच एक मूल्य आहे. ब्रह्मांडाच्या ज्ञानाला तुमच्या माध्यमातून काम करू द्या. हा अंतिम हेतू असतो. 'मी कोणीतरी आहे,' असा विचार नेते नेहमीच करतात आणि याच विचारातून ते अहंकाराच्या सापळ्यात अडकतात. अहंकाराच्या माध्यमातून काम करताना त्यांच्या विशाल क्षमतेचा अत्यल्प भागच त्यांना उपलब्ध होतो.

जगातील ज्ञानाला पर्याय नाही. कावेबाजपणा किंवा हुशारी यांपैकी कोणतीही गोष्ट कधीही ज्ञानाला दूर सारू शकत नाही, कारण मुळातच धूर्तपणातून किंवा कावेबाजपणातून कधीही आनंद मिळत नाही. धूर्ततेतून कधीही नावीन्यपूर्ण मोठे शोध लागत नाहीत. धूर्ततेतून कधीही कायापालट घडून येत नाही. परंतु, सावधानतेनं साधकबाधक विचार करण्यातून परिवर्तन किंवा कायापालट घडून येतो. सावधानतेनं साधकबाधक विचार करण्यातून ज्ञानाची प्राप्ती होते. अनेक वक्ते असतात. हुशार संभाषणकर्ते असतात, हुशारीनं बोलणारे नेते असतात. ते विचारांच्या किंवा भावनांच्या पातळीवर पटण्याजोगी भाषणं करतात. परंतु अखेरीस ते लोकांची अवनती घडवून आणतात, कारण ते ज्ञानातून कृती करण्याच्याऐवजी अहंकारातून कृती करतात. ही गोष्ट इतकी साधी आहे.

चराचरांच्या अंतर्गत सत्याला जाणून घेणं म्हणजे ज्ञान होय. लोकांच्या अंतरात्म्यातील सत्याला जाणून घेण्याशी त्याचा संबंध असतो. सेवा करणं किती उत्तम असतं हे अंतर्गत सत्य जाणून घेण्याशी त्याचा संबंध असतो. गतिशील नेतृत्व या शब्दांचा हाच खरा अर्थ आहे आणि हेच जाणिवेचं रहस्य आहे. ज्या वेळी एखाद्या व्यक्तीकडे समरसतेची जाणीव असते त्या वेळी तिच्या भोवताली समरसतेच्या मनोभावनेचं वलय निर्माण होतं. तो जे काही करतो त्या सगळ्या गोष्टींनाच या समरसतेचा स्पर्श असतो आणि ज्या ठिकाणी समरसता असते तिथे सर्वसामान्यपणे कल्याण असतं. कारण अशा वेळी उचित हेतूनं उचित वेळी उचित गोष्टी केल्या जातात. इथे हेतू अचूक असतात आणि ज्या ठिकाणी अचूक हेतू असतात तिथे कोणतेही परिणाम

मिळाले तरी ते कधीच पूर्णपणे चुकीचे नसतात. उदात्त हेतूतून उदात्त कृती किंवा कर्मं निर्माण होतात. अहंकारी स्वारस्यातून कधीही उदात्त कर्मांचा किंवा कामांचा जन्म होत नाही. जी व्यक्ती सातत्यानं आपल्या क्षमतेचा संपूर्ण वापर करून उदात्त कामं किंवा कृत्यं करते तीच व्यक्ती महान नेता असते. अशी व्यक्ती कदाचित अतिशय महत्त्वाच्या पदावर नसेल, कदाचित ती खूप लोकांचं नेतृत्व करत नसेल; पण तरीही तिच्या क्षमतेनुसार ती जे काही करते ते पूर्णपणे समरसतेतून करते. आपल्या नेतृत्वाच्या स्थानाचा ती दुरुपयोग करत नाही. त्याऐवजी तिच्या मनात लोकांच्या क्षमतांचा विकास करण्याची जबरदस्त इच्छा असते आणि हे प्रत्यक्षात आणण्यासाठी तिच्या हातात असलेल्या शक्य त्या सर्व गोष्टी ती करते.

बौद्ध परिभाषेत व्यक्तीला झालेल्या आत्मबोधाला त्या व्यक्तीच्या अस्तित्वांतर्गत कमळाचा उदय झाला, असं म्हटलं जातं. कमलपुष्पाला आत्यंतिक विशुद्धतेचं आणि ज्ञानाचं प्रतीक मानलं जातं. कारण त्याच्याकडे चिखलात किंवा खराब पाण्यात जगण्याचं, तगण्याचं, बहरण्याचं, फुलण्याचं, सौंदर्य प्राप्त करून घेण्याचं आणि त्याच्या सर्वोच्च भव्यतेत, उदात्ततेत सक्षमपणे राहण्याचं ज्ञानही असतं. नेताही असाच असला पाहिजे. म्हणूनच बौद्ध धर्मातील कमळाचं प्रतीक आत्यंतिक महत्त्वपूर्ण आहे. ते ज्ञानाच्या अलौकिक स्वरूपाची आठवण करून देतं. तुम्ही ज्या परिस्थितीत असता, त्यांच्यापासून अलिप्त रहा. आपल्या मर्यादांच्या शृंखला तोडा आणि आपल्या सर्वोत्तम रूपात फुला, बहरून जा. त्यानंतर आपोआपच लोक तुमच्याकडे लक्ष देऊ लागतील. तुम्ही आपोआपच उन्नत व्हाल. तुमच्या स्वत्वाखेरीज इतर कशाचीही तुम्हाला गरज असणार नाही. तुमच्या हृदयातील आध्यात्मिक कमळाला तुमच्या अंतर्यामीच नव्हे, तर तुमच्या कामातही फुलू द्या. होय, त्यासाठी इच्छाशक्तीची आणि संकल्पाची गरज असते. त्यासाठी तुमच्या अंतःकरणात आणि मनात महान संकल्प, महान निर्धार असावाच लागतो. पण त्याकरिता फक्त इच्छाशक्तीहूनही आणखी कुठल्यातरी गोष्टीची आवश्यकता असते. तुमच्याकडे विद्वत्तापूर्ण, सुज्ञपणा असावा लागतो आणि लाभदायक कार्यं पूर्णत्वाला नेण्याकरिता तुमच्या हृदयात पुरेशा प्रमाणात साहस असावं लागतं.

सर्वसामान्य लोक विचार करत असलेल्या गोष्टींच्या पलीकडे झेप घेण्यासाठी जी व्यक्ती आपल्या क्षमतेचा आणि सामर्थ्याचा उपयोग करते,

तीच चांगली नेता होऊ शकते. तुम्ही स्वतःच तुमच्यावर लादून घेतलेल्या निर्बंधांमधून, तुम्हाला मर्यादित करणाऱ्या तुमच्या स्वतःच्या विचारांमधून स्वतःला मुक्त करणं हाच सर्वसामान्य गोष्टींच्या पलीकडे जाण्याचा एकमेव मार्ग असतो. तुमच्या भूतकाळातून, त्याविषयीच्या विचारांतून आणि तुम्हाला आधीपासूनच माहीत असलेल्या गोष्टींच्या सापळ्यातून स्वतःला मुक्त करा. मनाला मोकळं, मुक्त करा. अभिनव आणि परिवर्तनशील नेतृत्वाच्या अवकाशाच्या दिशेनं जाण्याचा हाच एकमेव मार्ग आहे. यातूनच अत्यंत गूढपणे आणि आध्यात्मिक दृष्टिकोनातूनही तुम्ही स्वतःला मुक्त करून घेता. व्यवहार्य पातळीवर, तुम्हाला शोधक वृत्तीची क्षमता प्राप्त होते. तुम्हाला भूतकाळाच्या ओझ्यातून सुटका झाल्याची जाणीव होते. तुम्ही त्या भूतकाळातच गुंतून पडत नाही. त्या विचारांपासून मुक्त होता. त्यानंतर तुमच्या समोरच्या कोणत्याही परिस्थितीला तोंड देण्यास तुम्ही सज्ज असता आणि हीच खरी अलौकिकता असते. जाणिवेच्या अधिक नवीन, अधिक चांगल्या अवकाशांमध्ये प्रवेश करणं हीच खरी अलौकिकता असते. आपल्या जाणिवेला जागृत करण्यासाठी तुम्ही तत्परतेनं सज्ज झालेले असता. यासाठी अंतःकरणात पुरेशा प्रमाणात संयम, धैर्य आणि मौन राखण्याची आवश्यकता असते. चांगल्या बौद्ध भिक्षूची हीच खरी ओळख असते.

मौन आणि धैर्य या दोन विषयांवर बुद्धानं नेहमीच सविस्तर चर्चा केली आहे. या दोन्ही मूल्यांमुळे तुम्ही ज्ञानी होऊ शकता. त्यांच्यात तितकी क्षमता असते. त्यांच्यामुळे तुम्ही मर्यादित विचारांच्या पलीकडे जाता. तुम्हाला मनावर मात करणं शक्य होतं. आपल्या वैयक्तिक क्षणांचा उपयोग अधिकाधिक प्रमाणात मौनात आणि अधिक प्रमाणात जाणिवेविषयीच्या जागृतीत राहण्यासाठी करा. त्यानंतर आपल्या अंतर्यामी एक महान शक्तिशाली ऊर्जा गोळा होत असल्याचं तुमच्या लक्षात येईल. तुम्ही तिचा अगदी मुक्तपणे वापर करू शकाल. नेत्याची भूमिका पार पाडत असताना ज्या वेळी तुम्हाला ऊर्जेची आवश्यकता असेल, त्या वेळी एखाद्या डायनॅमोप्रमाणे ती तुम्हाला उपलब्ध होईल.

प्रकरण ५

हलकेफुलके व्हा

__शिकवण :__ आध्यात्मिक सत्याची जाणीव होणं याचा अर्थ तुमच्या मनातील चिंताग्रस्ततेच्या विचारांवर आणि काळज्यांवर मात करून त्यांच्या पलीकडे जाणं असा आहे. सोप्या भाषेत सांगायचं तर, तुम्ही चिंतांचे आणि काळज्यांचे विचार सोडून देता. त्यामुळे तुम्ही हलकेफुलके होता आणि एक नेता म्हणून अत्यंत गतिमान होता.

हलकं असणं हा गतिशीलतेचा गुणधर्म आहे. स्वतःवर नको इतकं अतिरिक्त ओझं लादून घेतलेलं नसणं किंवा स्वतःविषयीच्या चिंतांनी आणि काळज्यांनी अतिशय ग्रस्त नसणं हा गतिशीलतेचा गुणधर्म आहे. महान नेत्यांकडे ही क्षमता असते. त्यांच्याकडे महत्त्वाच्या क्षणी स्वतःची चिंता न करता काम करण्याची क्षमता असते. आपण सृष्टीच्या संपूर्णत्वाचा, अखंडत्वाचा एक भाग आहोत आणि ते अखंडत्व आपल्याला चिंता वाटत असलेल्या गोष्टींची पुरेशी काळजी घेईल, त्या चिंता दूर करेल हे जाणून घेण्यातच सुज्ञपणा आणि खरीखुरी बुद्धिमत्ता असते. नेत्याला जर गतिशील व्हायचं असेल तर त्याच्या अंतरंगात मुक्ततेची भावना, मुक्ततेचा गुणधर्म असलाच पाहिजे. तुम्हाला स्वतःविषयीच्या चिंतांचं आणि काळज्यांचं ओझं घेऊन फिरत असताना गतिशील राहण्याची अपेक्षा ठेवता येत नाही. चिंतांच्या आणि काळज्यांच्या मूर्ख विचारांच्या ओझ्यातून लोकांना मुक्त करणं ही बुद्धाची पद्धत होती. त्याऐवजी तो त्यांना अधिक भव्य चित्राकडे

पाहण्यास प्रोत्साहित करत असे. विचारांच्या आणि चिंतांच्या प्रेरणांच्या ओझ्यातून मुक्त करणं हे तिबेटी महामुद्रा बौद्ध धर्माचं एक मूलभूत तत्त्व आहे. नरोपा आणि इतर लोकांनी याचीच शिकवण दिली होती.

बुद्धाचं शिष्यत्व पत्करण्यासाठी सहसा नेहमीच ज्या वेळी लोक त्याच्याकडे येत असत, त्या वेळी तो त्यांना स्मशानात पाठवत असे. तिथे लोकांना मृतदेहांचं दहन होत असल्याचं दिसत असे. 'अखेरीस तुम्हालासुद्धा मृत्यू येणारच आहे, मग तुम्ही कसली चिंता करत आहात?' हा विचार त्यांच्यापर्यंत पोहोचवणं हा त्याचा त्यामागचा हेतू होता. म्हणून, ज्या लोकांना संघाचा किंवा बुद्धाच्या मठाचा भाग होण्याची इच्छा होती त्यांना – अखेरीस, कोणत्याही क्षणी आपल्यालाही मृत्यूच्या कराल जबड्यात प्रवेश करावाच लागणार आहे, मग कसलीही चिंता करण्याची गरजच नाही, ही वस्तुस्थिती पूर्णपणे आत्मसात करावी लागत होती. एकदा ही भीती निघून गेली की तुम्ही गतिशील होता. गतिशीलतेचं हेच रहस्य आहे. त्यानंतर तुमच्या अंतर्यामी असलेल्या आनंदमयी ऊर्जेसह कोणत्याही परिस्थितीला तोंड देण्यास तुम्ही सज्ज होता. अन्यथा, लोकांमध्ये सातत्यानं जीवनऊर्जेचं प्रमाण कमी होत जातं. त्यांना मिळणाऱ्या भावी फलितांविषयी ते चिंताग्रस्त किंवा भयग्रस्त असतात. परंतु जीवनप्रवाहाबरोबर शक्य तितक्या सहजतेनं आणि झपाट्यानं पुढे जाणं हा नेत्याचा, योद्ध्याचा किंवा खरोखरच्या यशाची प्राप्ती करण्याची इच्छा असलेल्या व्यक्तीचा अगर साधकाचा मार्ग असतो. ते मनात कोणतंही ओझं बाळगत नाहीत. जर मानसिक ओझं असेल तर तुम्हाला खऱ्या अर्थानं जलद गतीनं आणि झपाट्यानं पण सहजपणे जीवनप्रवाहाबरोबर प्रवाहित होता येत नाही. चांगला आणि गतिशील नेता हा त्याच्या स्वतःच्या विचारशैलीचं आणि कृतीचं मानसिक ओझं झटकून टाकतो आणि तो नेतृत्व करत असलेल्या इतरांनाही तसंच ओझं फेकून देण्यास मदत करतो.

मुळातच, तुम्हाला अंतर्गत परिवर्तन किंवा कायापालट घडवून आणायचा आहे, स्वतःला मुक्त करण्याचं हे अंतर्गत आकलन निर्माण करायचं आहे, हे समजून घेणं ही यातली महत्त्वाची गोष्ट आहे. अंतर्गत प्रामाणिक समज, आकलन बाह्य गोष्टींची काळजी घेईल. त्याउलट, काही नेते आपल्या स्वतःच्याच काळज्यांनी इतके झपाटून गेलेले असतात की, त्यांना सक्षमपणे नेतृत्व करणं शक्य होत नाही. गतिशील, सक्रिय आणि

निष्क्रिय लोकांमधील हाच सर्वाधिक महत्त्वाचा मनो-आध्यात्मिक फरक आहे हे तुमच्या लक्षात येईल.

आपल्याला काहीतरी होईल, आपल्या बाबतीत काहीतरी अनिष्ट घडेल अशी लोकांना नेहमीच भीती वाटत असते. त्यांना त्यांची खुर्ची, पद जाईल, आरोग्य बिघडेल, संपत्ती जाईल इ. अनेक भीती सतावत असतात. अशा सगळ्या भीती मनात असतील तर ते खऱ्या अर्थानं मुक्त होत नाहीत आणि गतिशील नेता होत नाहीत. त्यांच्या पद्धतीनं वैयक्तिक स्तरावर ते कदाचित यशस्वी होतीलही, परंतु महान नेता होण्यासाठी इतरही काही अतिरिक्त गुणवत्ता असाव्याच लागतात. मृत्यू ही कोणत्याही व्यक्तीची अटळ नियती आहे, तेच अंतिम सत्य आहे याची जाणीव त्याला असावी लागते. जर प्रत्येकालाच कधी ना कधी मृत्यू येणारच आहे, तर मग कशाचीही चिंता का करायची? त्याऐवजी कोणतीही चिंता करत न बसता आपल्याला शक्य असेल त्या वेळी आपल्या गतिशीलतेत आपल्या क्षमतेइतकी कमाल वाढ करण्याचा प्रयत्न केला पाहिजे आणि आपलं काम किंवा कर्म केलं पाहिजे. याशिवाय त्याला सृष्टीची अखंडता ही आपल्यापेक्षा अधिक शक्तिशाली आहे आणि गरज असेल त्या वेळी ती सगळ्या चराचरांची यथोचित काळजी घेते, याची जाणीवही असण्याची गरज आहे. त्यामुळे फक्त गतिशीलतेनं काम करणं एवढी एकच गोष्ट आपण करू शकतो.

म्हणून तुमच्या समस्यांना चिकटून राहू नका. तुमच्या शंकांना चिकटून राहू नका. त्यांना सोडून द्या. त्यानंतर खऱ्या अर्थानं नेता म्हणून झपाट्यानं, चपळाईनं आणि सक्षमतेनं कृती करण्याची शक्यता निर्माण होते. तुमच्या स्वतःच्या मनात निर्माण झालेली ओझी फेकून द्या. करिष्म्याची प्रचंड शक्ती निर्माण होण्यासाठी करावयाची ती अत्यावश्यक गोष्ट असते. फक्त त्यानंतरच स्वतःच्या मर्यादा ओलांडून तुम्ही जिथे मोकळेपणानं कृती करू शकता अशा परिस्थितीत तुम्ही जबरदस्त आत्मविश्वासानं आणि ऊर्जेनं प्रवेश करू शकाल. तुमच्यातील या आत्मविश्वासाच्या आणि उत्साहपूर्ण ऊर्जेच्या मनोभावाला इतर लोक तत्काळ प्रतिसाद देतील.

लोक नेहमीच खरोखरच्या आत्मविश्वासाच्या मनोभावाला प्रतिसाद देतात. चिंतांपासून मुक्त होऊन स्वतःला अस्तित्वाच्या सर्वांत आत असलेल्या स्रोताशी, अंतरात्म्याशी संलग्न करणं, जोडून टाकणं हा खऱ्या आत्मविश्वासाकडे जाण्याचा मार्ग असतो. असं करण्यासाठी इतरांनीही

स्वतःवर, आपापल्या स्वत्वावर विश्वास ठेवण्यासाठी नेत्यानं त्यांना प्रेरणा दिलीच पाहिजे.

खरोखरचा आत्मविश्वास आणि स्वतःवरची खरोखरची श्रद्धा या गोष्टी तुमच्या आनंदी खेळकरपणातून आणि सर्जनशील ऊर्जेतून दिसून येतात. हे गुणधर्म सर्वसामान्य गोष्टी करण्याच्या पलीकडे जाऊन जीवनाच्या असामान्य अवकाशांच्या दिशेनं जाण्यास आपल्याला साहाय्य करतात. तुमच्या अंतर्गत समस्यांची चिंता करणं सोडून देऊन त्यांचं निराकरण करा. मगच बाह्य समस्यांकडे लक्ष देणं शक्य होतं. आपल्या अंतर्गत भावनिक, मानसिक इ. प्रकारच्या समस्यांमध्ये लोक इतके गुंतलेले असतात की, त्यामुळे बाह्य समस्यांच्या सोडवणुकीसाठी त्यांच्याकडे ऊर्जाच नसते आणि जी व्यक्ती बाह्य समस्यांचं निराकरण करते, तीच खऱ्या अर्थानं नेता असते. त्यामुळे नेत्याला बाह्य समस्या सोडवाव्याच लागतात. परंतु, त्यासाठी पहिल्यांदा त्याने अंतर्गत पातळीवरच्या त्याच्या समस्या सोडवणं आवश्यक असतं.

बुद्ध तुमच्या अंतर्गत पातळीवरच्या समस्यांचा विचार करतो, कारण तिथूनच प्रत्येक गोष्टीचा प्रारंभ होतो. जर तुमचं अंतरंग स्पष्ट, शुद्ध असेल तर सगळ्याच गोष्टी स्पष्ट होतात. जर ते गढूळ आणि अस्पष्ट असेल तर सगळ्या गोष्टी गढूळ आणि अस्पष्ट होतात. तुम्ही विचार करत असलेल्या बऱ्याचशा समस्या या अवास्तव, काल्पनिक असतात याची अंतर्यामी खात्री बाळगा. इतरांच्या दृष्टिकोनावर अवलंबून नसलेल्या खरोखरच्या, स्वयंसिद्ध आनंदाची तुमच्या अंतर्यामी निर्मिती करा. तुमच्या बाह्य जीवनाला या अंतर्गत स्वातंत्र्याची किंवा मुक्ततेची जाणीव व्हावी इतक्या प्रमाणात आतूनच समृद्ध झाल्याची जाणीव बाळगा, तुमच्या अंतरंगाला तितकं समृद्ध करा. चरम आध्यात्मिक मुक्तीच्या म्हणजेच निर्बाणाच्या किंवा निर्वाणाच्या दिशेनं टाकलेलं ते पहिलं पाऊल असेल.

तुमच्या जीवनाच्या सूक्ष्म मनो–आध्यात्मिक पैलूतून किंवा जीवनाच्या गूढ पैलूतून तुम्ही कसा विचार करता, तुम्ही स्वत्वाचं म्हणणं कसं ऐकता, स्वत्वाला कसा प्रतिसाद देता आणि स्वत्वाकडे कसं पाहता ते महत्त्वाचं असतं. हीच गोष्ट महत्त्वाची असते, कारण त्याच्या माध्यमातून तुम्ही बाह्य किंवा 'वास्तव' जगात त्याच प्रकारच्या मनोभावांच्या अनुभवाची निर्मिती करता. स्वतःविषयीच्या ज्या गोष्टीवर तुमचा विश्वास असतो त्याच गोष्टी तुमच्या हृदयातही ठसतात. जर तुम्ही सातत्यानं स्वतःची चिंता करत

राहिलात तर तुमच्याकडून बाह्य जगालाही नकारात्मक ऊर्जेचाच मनोभाव मिळतो. जी व्यक्ती सातत्यानं चिंताग्रस्त असते आणि दुसऱ्यांनाही त्याच प्रकारे विचार करण्यास भाग पाडते, अशा व्यक्तीचं अनुसरण करण्याची कोणाचीही इच्छा नसते. त्यापेक्षा आपल्या मानसिक समस्यांपासून सुटका करून घेऊन सकारात्मक वृत्तीनं वागा. त्यानंतर तुमच्या लक्षात येईल की, इतर लोकही तुमच्या या ऊर्जेला प्रतिसाद देत आहेत, कारण लोक स्वतःसुद्धा अशा प्रकारच्या ऊर्जेकडेच आकर्षित होतात. आपल्या अंतर्यामीच्या संघर्षांतून, स्वतःची सुटका करून घ्या. त्यानंतर तुम्ही तुमच्या हृदयापर्यंत पोहोचाल आणि एक नेता म्हणून अधिक उच्च, उन्नत, श्रेष्ठ गोष्टी प्राप्त करून घेण्यासाठी तुमच्याकडे पुरेशा प्रमाणात ऊर्जा असेल.

बुद्धाच्या शिकवणुकी आपल्याला एखाद्या वाद्याप्रमाणे, आपल्या स्वतःच्या स्वत्वांच्या सुरांशी सुसंवाद साधण्यास म्हणजेच अंतरात्म्याशी अंतर्गत सामंजस्य निर्माण करण्यास आणि त्याच्यासह लयबद्धतेतून, एकात्मतेनं नांदण्यास शिकवतात. त्यासाठी आपल्याला फक्त अंतर्गत एकात्मता साधून राहावं लागतं, म्हणजेच आपल्या आंतरिक सुरांशी सुसंवाद साधावा लागतो. ज्या वेळी ते वाद्य सूर-तालाशी मेळ साधून वाजू लागतं त्या वेळी त्याच्यातून बाहेर पडणारं संगीत सुंदर असतं. मुळातच, ते वाद्य व्यवस्थित लावलं गेलं नसेल म्हणजेच त्याचा स्वरांशी व्यवस्थित मेळ साधला गेला नसेल तर निर्माण होणारं संगीत कधीही चांगलं असू शकणार नाही. तुम्ही एखाद्या अत्यंत महान वादकाला बोलावलं तरीही तो अशा बेताल, योग्य स्वरसंगती नसलेल्या वाद्यातून महान संगीताची निर्मिती करू शकणार नाही. मानसिक, आध्यात्मिक, गूढ, भावनिक अशा प्रत्येक पातळीवर व्यक्तीनं अशाच प्रकारे वागलं पाहिजे. तोच तिचा मार्ग असतो. ही गोष्ट आपल्या नात्यांमधून, आपल्या कामांतून, उद्योग-व्यवसायांमधूनही दिसून येते. त्या प्रत्येक गोष्टीशी एकात्मता साधा, तिच्याशी जुळवून घ्या, तिच्या सुरांशी आपला सूर जुळवा हेच ते तत्त्व असतं. स्वतःचा सूर-ताल अंतरात्म्याच्या किंवा आंतरिक स्वत्वाच्या सूर-तालाशी जुळवून घेणं याचा अर्थ स्वतःला चांगल्या आंतरिक अवस्थेत ठेवणं असा असतो. त्यानंतर कर्मांचा कर्ता म्हणून, जनतेचा नेता म्हणून तुमच्या अस्तित्वातून कोणतंही संगीत निर्माण झालं तरी ते एका आगळ्या ऊर्जेनं भारलेलं आणि प्रेरित झालेलं असतं. साहजिकच, अशा वेळी वादक निर्माण करत असलेलं

संगीत हे सुंदर असतं आणि त्याच्याकडे श्रोते आकर्षित होतात. दुसऱ्या शब्दांत, अंतर्गत एकात्मता साधलेल्या, म्हणजेच अंतर्यामी सद्‌भावना आणि सामंजस्य असलेल्या नेत्याचं म्हणणं त्याच्या संघाकडून किंवा टीमकडून मोठ्या प्रमाणात ऐकून घेतलं जातं आणि मान्य केलं जातं. अशा वेळी आपल्या मनात अधिक संवेदना निर्माण होते आणि आपण अत्यंत गंभीर होतो. म्हणून भूतकाळाला मागे सारा. त्याला विसरून जा. त्याला नष्ट होऊ द्या. फक्त वर्तमान क्षणांशी तुमच्या वाद्याला जुळवून घेण्यावर लक्ष एकवटा. त्यानंतर त्याच्यातून एक सुंदर भविष्यकाळ तुमच्या समोर साकार होईल. अंतर्गत एकात्मतेचं आणि सद्‌भावनेचं हे तत्त्व हीच नेतृत्वाची अत्यंत पायाभूत शिकवण आहे.

कित्येक 'सकारात्मक विचारवंतां'मध्ये आणि 'सकारात्मक मानसशास्त्रा'च्या पुरस्कर्त्यांमध्ये अशी समस्या असते की, व्यक्तीचं व्यक्तिमत्त्व कसं आहे ते निश्चित करण्यावर आणि 'व्यक्तिमत्त्वा'ला अधिक सकारात्मक करण्यावर ते लक्ष एकवटतात. परंतु सहसा नेहमीच ते त्यात त्याहून अधिक खोलवर शिरत नाहीत. ही गोष्ट व्यक्तिमत्त्वाशी संबंधित नसते, तुमच्या अर्धबोध पातळ्यांवर अधिक खोलात शिरण्याशी आणि नंतर तिथून तुमच्यावरचं चिंतांचं ओझं उतरवण्याशी ती संबंधित असते. एकदा तुमच्यावरचं चिंतांचं ओझं दूर झालं की, नंतर जे काही घडतं ते सकारात्मकच असतं. तुम्हाला सकारात्मकतेचा मुखवटा निर्माण करण्याची गरजच नसते. कित्येक नेते सकारात्मकतेचा मुखवटा धारण करतात, परंतु ते खरं आणि प्रामाणिक नेतृत्व नसतं. याबाबतीत तुम्हाला नाटक करण्याची गरज नसते. तुम्हाला फक्त तुमच्या खऱ्या चारित्र्यात शिरण्याची गरज असते. त्यानंतर ते नाट्य आपोआपच तुमच्या समोर उलगडत जातं.

जीवन हे वाहत्या नदीसारखं असतं. नदीच्या प्रवाहात अडथळे नसतील तर नदी तशीच बेधडकपणे स्वबळावर सुरळीतपणे, गतिशीलतेनं आणि शक्तिशाली प्रवाहाच्या रूपात वाहत जाते. परंतु, जर तिच्या मार्गात किंवा प्रवाहात अडथळे निर्माण झाले तर ती विस्कळीत होते. तिचा प्रवाह विस्कळीत होतो. मानवी जाणिवेत येणारे अडथळे हे फक्त आपण स्वतःच निर्माण केलेले असतात. त्यांच्यापासून स्वतःची सुटका करून घ्या. त्यांना आपल्या मनांवरून उतरवा, फेकून द्या. हलकेफुलके झाल्याची जाणीव अनुभवा. मग तुम्ही अधिकाधिक गतिशील व्हाल, सक्रिय व्हाल.

प्रकरण ६

कामाच्या ठिकाणच्या गती आणि मौज यांच्यात संतुलन साधा

***शिकवण** : अगदी प्रचंड व्यग्र कामात गुंतला असलात तरी क्षणभर थांबा आणि सर्व चराचरांविषयी आनंदानं कृतज्ञता व्यक्त करा. यामुळे नेता म्हणून तुम्ही करत असलेल्या प्रत्येक गोष्टीत संयम, सखोलता, गांभीर्य, परिपक्वता, करिष्मा आणि तेजस्वीपणा यांची भर पडते. या गोष्टींमुळे जीवनाचं आश्चर्य आणि त्याच्याविषयीच्या अनंत जल्लोषी आनंदी शक्यतांच्या मिरवणुकीतील तुमची भूमिका यांचं यथार्थ दर्शन घडवलं जातं.*

अतिशय जलद गतीनं परिणाम सादर करणं हे आजच्या नेत्यांना तोंड द्यावं लागत असलेल्या सर्वांत मोठ्या आव्हानांपैकी एक आहे. गतिमानता हे या शतकाचं गुणवैशिष्ट्य आहे. या शतकात प्रत्येक गोष्ट ही अतिशय झपाट्यानं म्हणजेच खरोखरच्या विलक्षण गतीनं घडली पाहिजे. मात्र, तरीही काही वेळा तुम्ही किती जलद गतीनं उद्दिष्टपूर्ती केली ही गोष्ट महत्त्वाची असली तरीही तुम्ही तो प्रवास कसा केला त्याची गुणवत्ताही तितकीच महत्त्वाची असते, अन्यथा जीवन क्षणभंगुर असतंच, ते कधीही संपुष्टात येतं

आणि मग जीवनातून आपण जे काही घेऊ शकलो असतो ते सारं आपल्या हातून निसटून जातं. ही बौद्ध धर्माची एक आधारभूत शिकवण आहे. बौद्ध जीवनशैलीची शिकवण देणारा हा एक धडा आहे. 'उचित मार्गा'वरून चालण्यावर बुद्धानं भर दिला आहे. आपला मार्ग उचित असेल तर तत्काळ आणि उचित ज्ञानी जाणिवेसह आपण आपोआपच मुक्कामाच्या ठिकाणी पोहोचतो, खरं तर हे मुक्कामाचं ठिकाणच तुमच्या समोर आपोआप येतं, असं त्याने म्हटलं आहे. या शिकवणुकीतून 'सुलभतेच्या किंवा सोपेपणाच्या' आकलनाविषयीची झेन शिकवण निर्माण झाली आहे. ती असं सूचित करते की, सर्व चराचरांमध्ये एक सातत्यपूर्ण, मंद परंतु सुसंगत गती असते. नेतृत्वाच्या प्रश्नाचा विचार करता, ही अतिशय महत्त्वाची शिकवण आहे. तिबेटी महामुद्रा बौद्ध धर्माचाही हा महत्त्वाचा भाग आहे.

असं सांगितलं जातं की, बुद्धाला ज्ञानप्राप्ती झाल्यानंतर त्याच्यावर देवांनी स्वर्गातून पुष्पवृष्टी केली. ही खरोखरच रोचक बाब आहे. देवांनी त्याच्या जीवनाला, त्याच्या ज्ञानप्राप्तीच्या प्रसंगाला जल्लोषात साजरं केलं. त्याबद्दल उत्सव साजरा केला. आध्यात्मिक किंवा भौतिक अशा सर्व प्रकारच्या यशांचा उत्सव हा जल्लोषपूर्ण चैतन्यानं साजरा केला पाहिजे. त्यांच्यासाठी करण्यात आलेल्या प्रवासाच्या अखेरीस नव्हे, तर प्रवासाच्या दरम्यानच हे केलं पाहिजे. मुळात जीवनाचे मार्गच अशा जल्लोषी भावनेनं भरून टाकले पाहिजेत. आपल्या स्वतःच्या तृप्ततेच्या दिशेनं जाणाऱ्या मार्गावर पुढे टाकण्यात आलेलं प्रत्येक पाऊलच असं जल्लोषात, उत्सवी स्वरूपात साजरं केलं पाहिजे.

विशेषतः पौर्वात्य जगातील बुद्धाविषयीचा एक अत्यंत रोचक भाग म्हणून 'लाफिंग बुद्ध' किंवा हसणारा बुद्ध याकडे पाहावं लागेल. जीवनात खरोखरचा जल्लोष किंवा उत्साह शोधण्याचा अर्थ स्पष्ट करणारं हे अतिशय उत्तम उदाहरण आहे. तुमच्या अंतःकरणात जीवनाचा उत्सव आनंदानं आणि हसत साजरा केला पाहिजे असा संदेश देणारं हे उदाहरण आहे. एका बौद्ध भिक्षूवर या कथेची संकल्पना आधारित आहे. गरीब मुलांना मिठाया वाटणं हाच त्याचा संन्यस्त धर्म होता, तोच त्याच्या जीवनाचा एकमेव उद्देश होता.

एका खरोखरच्या व्यक्तीवर आधारित ही एक जपानी कथा आहे. त्याचं नाव बुदाल (भावी मैत्र बुद्धाचं साकारीकरण) होतं. बुद्धत्वाचा हा पैलू अतिशय स्वारस्यपूर्ण आहे, कारण त्याच्यातून तुम्हाला बौद्ध शिकवणुकीची व्यापकता

दिसून येते. मूलतः तुमच्या मार्गावरून चालताना तुम्ही जल्लोष, प्रेम आणि आनंद लोकांमध्ये वाटला तर यामुळेच तुम्ही खरा नेता होता. कोणत्याही पारंपरिक मानांकनानुसार, या लाफिंग बुद्धाला फारसं गांभीर्यानं घेता येणार नाही. परंतु, तो मानवतेसाठी एक अत्यावश्यक तत्त्व देतो. तो मानवतेसाठी विस्मरणात गेलेला आनंद घेऊन येतो. खऱ्या नेत्यानंही हेच केलं पाहिजे. तुम्ही कोणत्याही मार्गाची निवड केली असली तरी तुम्ही विस्मरणात गेलेला जीवनाचा, सर्जनशीलतेचा, नावीन्यपूर्ण कल्पना लढवण्याचा, नवनवीन गोष्टींच्या शोधाचा आनंद समोर आणला पाहिजे. या गोष्टीचा विचार करता, लाफिंग बुद्ध हा स्वतःच एक नेता होतो, हा यातला खरा चमत्कार आहे. मुलं केवळ मिठायांसाठी नव्हे, तर परमानंद, जल्लोष आणि निखळ खुशी मिळवण्यासाठी त्याच्या मागे येतात. यशस्वीपणे जगण्याचं आणि नेतृत्व करण्याचं हे एक गहन बौद्ध रूपक आहे. त्याच्यातून उत्सवी जल्लोष, गतिशीलता, अत्यानंद आणि उल्हास यांचा दूत कसं व्हावं हे समजतं. अखेरीस, इतरांना अत्यानंद मिळवून देणारी व्यक्तीच खरी महान नेता असते.

बुद्धाचा मार्ग हा अतिशय गहन आणि अत्यंत तीव्र गतीचा होता, हे समजून घ्यावंच लागेल. बुद्धाला अतिशय तीव्र गतीनं आत्मज्ञान प्राप्त झालं पाहिजे असं वाटत होतं. परंतु त्याबरोबरच तुम्हाला त्याच्याकडच्या संयमाची गुणवत्ताही लक्षात येईल. बुद्ध हा गती आणि संयम या दोहोंचंही अद्वितीय मिश्रण होता. गतीमधून समग्रता ध्वनित होते, शक्य तितक्या त्वरेनं परिणाम मिळवणं सूचित होतं. परंतु बुद्धाच्या संदर्भात संयमानं प्रतीक्षा करणं आणि संयमानं प्रवास करणं या दोन्ही गोष्टी यामधून सूचित होतात. ज्या वेळी तुम्ही संयमपूर्वक प्रवास करता, त्या वेळी तुमच्याकडे जीवनाशी खरोखरचं नातं निर्माण करण्याची आणि सर्जनशीलतेच्या, सृष्टीच्या निर्मितीच्या उत्सवाला आणि संपूर्ण ब्रह्मांडाच्या निर्मितीच्या उत्सवी जल्लोषाला समजून घेण्याची क्षमता असते. आता नेतृत्वाच्या दृष्टिकोनातून विचार केला तर मुक्कामाच्या ठिकाणापर्यंत पोहोचण्याप्रमाणेच तिथपर्यंत पोहोचण्याच्या प्रवासाचा आनंद घेणं हेही महत्त्वाचं असतं. अखेरीस कोणतंही मुक्कामाचं ठिकाण हे अंतिम नसतं. मृत्यू हेच अंतिम आणि निर्णायक मुक्कामाचं ठिकाण असतं. म्हणून फक्त अंधपणे आपल्या फळाचा, परिणामांचा शोध घेत न राहणं हे नेत्यांच्या दृष्टीनं अतिशय महत्त्वाचं असतं. त्यांच्या मार्गावर त्यांच्या स्वतःच्या आत्म्यासाठी आणि इतरांच्या आत्म्यासाठी त्यांनी उत्सवी जल्लोषाची

निर्मिती करणं अतिशय महत्त्वाचं असतं. यामुळेच सच्च्या मानवतावादी मूल्याची जोपासना करणारी व्यक्ती म्हणून अखेरीस ते अद्वितीय ठरतात.

इतिहासात कोणत्या ना कोणत्या मार्गानं आपला ठसा उमटवलेले लाखो लोक आढळतात. परंतु, त्यांच्यातही काही खास लोक अद्वितीय ठरतात. जगण्याची प्रक्रिया तृप्तता, परिपूर्ण समाधान देणारी आणि आनंददायी ठरेल अशी आशा ते मानवतेला देतात. तुमच्याकडे बँकेत किती पैसा आहे हे महत्त्वाचं नसतं, तर तुम्ही किती प्रतिष्ठित, किती सन्मान्य जीवन जगता हे महत्त्वाचं असतं. अशा जगण्याला तुमच्या नेतृत्वाचा वारसा म्हणून सोडून द्या. बुद्धाकडून शिका. त्याची प्रत्येक कृती – त्याचं चालणं, बोलणं लोकांशी संवाद साधणं या सगळ्या गोष्टी या अशाच सुंदर ऊर्जेनं भारलेल्या होत्या. साहजिकच, त्याच्यामुळे लोक आपोआपच प्रभावित होत होते. त्याला त्यासाठी आणखी काहीही करण्याची गरजच नव्हती. तो फक्त त्याचं काम करत राहिला आणि अशाच प्रकारे स्वतःचं काम करताना तुमच्यामध्ये तीव्र करिष्मा निर्माण होतो. तुमच्या स्वतःच्या मार्गानं स्वर्गाची निर्मिती करण्यास तुम्ही सक्षम आहात असं लोकांना वाटू लागतं. खरं म्हणजे गूढ बौद्ध ग्रंथांमध्ये असं सांगण्यात आलं आहे की, प्रत्येक माणूस हाच 'सृष्टिकर्ता ईश्वर' असतो. जगत असतानाच आपल्या स्वर्गाची आपण निर्मिती करू शकतो. म्हणून स्वर्गाची निर्मिती करणारा आणि जीवनाच्या या उत्सवाच्या प्रत्येक क्षणाची मौज लुटणारा सर्जनशील नेता व्हा. त्यानंतर जीवनाच्या गुणवत्तेत वाढ होईल. ही गोष्ट परिणाम मिळवण्याच्या विरोधातील नाही. नेतृत्वासाठीचा नवीन नमुना हा नेत्याबरोबरच त्याच्या अनुयायांचंही भलं करणारा असला पाहिजे.

प्रत्येक व्यक्ती ही संभाव्य नेता असते. नेत्यानं फक्त आदेश देण्याचे आणि निरर्थक भाषणं ठोकण्याचे दिवस केव्हाच गेले आहेत. आता नेतृत्वाचा अर्थ लोक ज्या परिस्थितीत अडकलेले असतील तिथून त्यांना बाहेर काढणं, त्यांची प्रगती करणं, त्यांचा विकास घडवणं असा आहे. नेतृत्व म्हणजे स्वतःची आणि लोकांची उन्नती करणं, चुकीच्या गोष्टींमध्ये दुरुस्ती करणं, सुधारणा करणं, मूलभूत सकारात्मक बदल घडवून आणणं इ. गोष्टी करणं होय. प्रत्येकाला अधिक चांगलं जीवन आणि अधिक चांगलं अस्तित्व प्राप्त होईल यावर लोकांचा विश्वास बसावा असं काम करणं म्हणजे नेतृत्व होय. फक्त अधिकाधिक सत्ता मिळवत राहणं किंवा पैशाचा

संचय करणं म्हणजे नेतृत्व नाही. खरं म्हणजे तुम्ही जर चांगल्या भावी समाजाचा विचार केला तर तुम्हाला अतिशय स्पष्टपणे असं दिसेल की, आनंद, परस्पर जिव्हाळा, उत्साहीपणा आणि इतरांबरोबर मिळून-मिसळून वागण्याची क्षमता या नेतृत्वातील गोष्टी इतर कोणत्याही गोष्टीपेक्षा अधिक महत्त्वाच्या असतात. अशा प्रकारेच आपण ज्या परिसंस्थेत राहत आहोत, तिचंही पुनरुज्जीवन होईल. नेत्याच्या मनात जीवनाविषयीचा पूज्य भाव आणि आपल्या अनुयायांविषयीचा आदर असलाच पाहिजे. याच्यातूनच परस्पर-आदर निर्माण होतो आणि समावेशक, समग्र जैव विकास होऊ शकतो.

आपण मानवतेतील सगळ्या चुकीच्या गोष्टींचं निराकरण कसं करू शकू, हा या शतकातील एक अत्यंत महत्त्वाचा प्रश्न आहे. आपण अतिशय झपाट्यानं अनेक आपत्तिजनक आणि बिकट परिस्थितींच्या दिशेनं चाललो आहोत. पृथ्वीवर आपल्या उपभोक्तावादाचं नको इतकं ओझं निर्माण झाल्यामुळे हे घडत आहे. त्यामुळेच दिवसेंदिवस पर्यावरणाचा ऱ्हास होत चालला आहे. ज्या गोष्टींमुळे संकट किंवा आपत्ती निर्माण होईल त्यांच्याविषयी दक्ष असणं किंवा अधिक जबाबदारीनं वागणं हा नेतृत्वाचा आणखी एक आदर्श गुणधर्म आहे. मग तो अधिकाधिक प्रमाणात अण्वस्त्रसज्ज होत जाण्याचा, किंवा वनस्पती आणि प्राणी यांच्या जतनाचा, जोपासनेचा किंवा संरक्षणाचा प्रश्न असो! अशा कुठल्याही गोष्टीचा सांगोपांग विचार करून तिच्यापासून निर्माण होऊ शकणाऱ्या भावी आपत्तींचं अनुमान बांधणं याचा यात समावेश असतो. अर्थातच मानवी आरोग्य, शिक्षणाचे निकष आणि तत्सम गोष्टींचाही या प्रकारच्या समस्यांमध्ये अंतर्भाव होतो. परंतु, या सगळ्याकरिता नेत्याच्या मनात जीवनाविषयी आदरभाव असण्याची नितांत गरज असते. फक्त अत्यंत जलद गतीनं, झपाट्यानं पुढे जात राहणं इतकीच गोष्ट पुरेशी नसते. थोडे थांबा आणि जीवनाचा उत्सव साजरा करा, जीवन साजरं करा. परंतु या उत्सवी जल्लोषात उपभोक्तावादाची, शोषणाची स्वैर हुल्लडबाजी असून चालणार नाही. आपल्या परिसंस्थेला शक्य तितक्या प्रमाणात समृद्ध करण्याच्या मूलभूत तत्त्वाचा पाया लाभलेल्या विचारसरणीचा नेता व्हा, या जगाचा खराखुरा नागरिक असलेला नेता व्हा. अखेरीस, जो नेता आपल्या समाजाला घडवतो, आपल्या परिसंस्थेला आतून शक्य तितकी समृद्ध, आनंददायक, आणि नैसर्गिकपणे एकात्म करतो तो सकारात्मक नेता असतो. या गोष्टी तो किती प्रमाणात करतो त्यावरून सकारात्मक नेत्याचा

कस लागतो. तीच त्याची अंतिम कसोटी असते. एक नेता असं अंतिम मूल्य निर्माण करू शकतो आणि त्यावरूनच त्याच्या कार्याचं मूल्यमापनही होतं.

म्हणून तुमच्या ऊर्जेतून उत्तम गोष्टी घडवून आणण्यासाठी तुमच्या प्रवासाचं प्रत्येक पाऊल सकारात्मकतेच्या जाणिवेतूनच पडलं पाहिजे हे लक्षात ठेवा. असं झालं तर तुमच्यावर विश्वास असलेल्यांवर तुमच्या अत्यंत सकारात्मक उपस्थितीचा प्रभाव पडतो. अशा प्रकारे, अधिकाधिक लोक तुमच्यावर विश्वास ठेवू लागल्याचं तुम्हाला दिसेल. यातली आश्चर्याची बाब अशी आहे की, 'फॉरेस्ट गम्प' ('Forrest Gump') या चित्रपटात या संदर्भातील चांगलं उदाहरण दाखवलं गेल्याचं दिसतं. फॉरेस्ट फक्त धावत राहतो. त्याचं काम तो त्याच्या पद्धतीनं करत राहतो. परंतु जीवनाविषयीच्या त्याच्या मनापासूनच्या प्रामाणिक जिव्हाळ्याच्या, आदरयुक्त पद्धतीनं तो ते करत राहतो. जीवनाचा उत्सव साजरा करण्याची ती त्याची स्वतःची पद्धत असते. त्यानंतर अखेरीस तो एक अत्यंत असामान्य 'नेता' होतो. मग त्याच्या त्या धावण्याचं अनेक जण अनुकरण करतात. तो एक आदर्श होतो. कारण फॉरेस्ट गम्पकडे एक प्रकारचा प्रामाणिकपणा असतो. हा मूलभूत प्रामाणिकपणा हा बुद्धाच्या आध्यात्मिक शोधाचाही पाया आहे.

गौतम बुद्धाकडे कित्येक राजे आणि कित्येक सम्राट येत असत. तो त्यांना अत्यंत छोट्या, छोट्या उदाहरणांमधून, तसंच त्याचं स्मित, अंतर्यामीचं तेज आणि अत्यल्प शब्द यांच्या माध्यमातून शिकवण देत असे. विनम्रतेनं नेतृत्व कसं करावं हे तो त्यांना शिकवत असे. फलिताची आशा बाळगून त्याकरिता जीवघेण्या शर्यतीत सहभागी होऊन यश मिळवण्यासाठी कसं नेतृत्व करावं हे तो त्यांना सांगत नसे. प्रसेनजीत (पसेनदी) सारखे अनेक राजे त्याच्या उपदेशानं अत्यंत प्रभावित झाले होते. त्याच्या उपदेशाचं अनुकरण करून त्यांच्या जीवनात ते महान नेते म्हणून उदयास आले. कित्येकांनी त्यांचे नेतृत्वाचे जुने मार्ग सोडून दिले आणि बुद्धाच्या शिकवणुकीनुसार आपल्या नेतृत्वाच्या पद्धतींमध्ये त्यांनी सुधारणा केल्या. अशाच प्रकारे, आपणसुद्धा बुद्धाकडून अनेक गोष्टी शिकू शकतो. जीवनाच्या आध्यात्मिक पैलूंमध्ये आनंद मिळवणं, हृदयात आणि आत्म्यात स्मित, आनंद बाळगणं आणि शिवाय 'जगासाठी खरं काम करण्याकरिता' स्वतःवर आणि इतरांवर प्रचंड गतिमानतेनं कसा प्रभाव टाकावा हे शिकणं या गोष्टींचा त्यांत समावेश आहे.

प्रकरण ७

आत्मसंघर्ष करणं बंद करा

***शिकवण :** आपल्या अंतर्यामी शांतता निर्माण करा. एक नेता म्हणून तुम्ही कोणतंही कार्य करण्याचा प्रयत्न करत असाल तर त्यात प्रत्यक्षात प्रभावी पद्धतीनं यशस्वी होण्यासाठी आणि समाधान मिळवण्यासाठी तुम्हाला हे पहिलं पाऊल उचलावं लागेल. बौद्ध दृष्टिकोनातून विचार करता, शांतपणे 'आपल्या आत डोकावणं', आपल्या भावनांच्या आणि विचारांच्या प्रवाहाशी तादात्म्य न पावता त्या प्रवाहांचं फक्त निरीक्षण करणं यांमुळे अंतर्यामीची शांतता प्राप्त होते. अंतर्यामीची शांतता मिळवण्याची ही एक स्वाभाविक कला आहे. आपल्या अंतर्यामीच्या विरोधाभासी विचारांशी, प्रेरणांशी तादात्म्य न पावण्यातून आपण उत्स्फूर्तपणे आंतरिक किंवा अंतर्यामीच्या शांततेकडे जातो. बुद्धाच्या ध्यान प्रक्रियेचं हेच सार आहे.*

तिबेटी बौद्ध धर्मात असं सांगण्यात आलं आहे की, व्यक्तीनं स्वतःशी सुरू असलेलं द्वंद्व थांबवलं नाही, आत्मसंघर्ष थांबवला नाही तर तिला विकासाच्या दिशेनं जाण्याची आशा बाळगता येत नाही. यात सगळ्यात महत्त्वाची समजूत अशी आहे की, माणसाकडे लढा देण्याची, संघर्ष करण्याची नैसर्गिक इच्छा असते – मग तो संघर्ष किंवा लढा स्वतःशी असो वा इतरांशी! मात्र यांपैकी कोणत्याही मार्गानं आपल्याला माणूस म्हणून खरी

शांतता लाभत नाही, कारण कुठल्याही प्रकारच्या लढ्यातून शांतता मिळत नाही. लढा देण्याच्या प्रेरणेतून विनाशक, संहारक वर्तन निर्माण होतं. याचा अर्थ तुमच्याकडे साहस असू नये, तुम्ही आवश्यकता असली तरी अधिक चांगल्या कारणासाठी, समाजाच्या व्यापक हितासाठी लढू नये असा नाही. हा इथला मूळ प्रश्नच नाही. इथे इतकंच सांगायचं आहे की, तुम्ही स्वतःशी लढत राहू नका. आत्मसंघर्ष टाळा, कारण आत्मसंघर्षाच्या मार्गानं तुम्हाला चांगला नेता किंवा खरं तर चांगला माणूस होण्यासाठी आवश्यक असलेली स्पष्टता प्राप्त होऊ शकणार नाही.

जपानी संस्कृतीवर बौद्ध दृष्टिकोनाचा मोठा, सखोल प्रभाव आहे. सामुराई योद्ध्यांना असं शिकवलं जातं की, इतरांना पराभूत करायचं असेल तर त्याआधी त्यांनी स्वतःचा अंतर्गत लढा जिंकला पाहिजे. फक्त तुमच्या जाणिवेअंतर्गत असलेल्या लढा देण्याच्या प्रेरणेला रोखून, आत्मसंघर्षातून आणि चिंतेतून स्वतःची सुटका करून घेऊन तुम्ही अंतर्गत युद्ध जिंकू शकता. त्यानंतर बाह्य जगातील तुमचं काम किंवा कृती गतिमान होते, ती विनाशकारी नसते. तिला अनुग्रह, कृपा लाभलेली असते आणि तिच्यात सदिच्छा असते. त्यानंतर दुःखातून किंवा नैराश्यातून मुक्त होऊन तुम्ही आवश्यक कार्य किंवा काम करता, त्यामुळे त्या कार्यामुळेही दुःख किंवा नैराश्य निर्माण होत नाही.

तुम्हाला कोणत्या प्रकारचा नेता होण्याची इच्छा आहे त्याची निवड तुम्ही करू शकता. तुम्ही आनंदी नेता होऊ शकता किंवा दुःखी नेताही होऊ शकता. आनंदी नेता नेतृत्व करत असलेल्या लोकांमध्ये आनंदाची निर्मिती करतो आणि दुःखी नेता नेतृत्व करत असलेल्या लोकांमध्ये दुःखाची निर्मिती करतो. इतकी ही साधी गोष्ट आहे. जर स्वतःशीच सातत्यानं लढा देत राहिल्यामुळे तुम्ही अंतर्यामीच दुःखी असाल आणि स्वतःशीच तुमचं जुळत नसेल, तुम्ही अस्वस्थ राहत असाल, तुमच्या मनावर ताण असेल आणि तुम्ही तणावग्रस्त असाल तर तुम्ही आनंदी नेता होण्याची अपेक्षा बाळगू शकणार नाही. अशा वेळी तुमच्या नेतृत्वातून तुम्हाला आनंदी परिणाम मिळतील अशी अपेक्षा तुम्ही कशी काय ठेवू शकाल?

बौद्ध धर्माचा असा विश्वास आहे की, सूक्ष्म गोष्ट ही नेहमीच स्थूल गोष्टीहून अधिक शक्तिशाली असते. याचा मथितार्थ असा आहे की, जीवनाचा आध्यात्मिक पैलू हा नेहमीच भौतिक पैलूहून अधिक

शक्तिशाली असतो. दृश्य गोष्टीपेक्षा अदृश्य गोष्ट अधिक महान असते. मन-शरीर यांच्या कृतींपेक्षाही अंतरात्म्याची किंवा जाणिवेची कृती ही अधिक मोठी असते. म्हणून जाणिवेच्या पातळीवर आपण सातत्यपूर्ण चिंताग्रस्ततेच्या अवस्थेत राहायचं नाही असं तुम्ही ठरवलं असेल, पण तुम्ही सातत्यानं आत्मसंघर्षाच्या आणि अस्वस्थतेच्या अवस्थेत राहिलात तर तुम्हाला कोणत्याहो प्रकारे समग्र विजय मिळू शकणार नाही. 'आपण जिंकलं पाहिजे', असं सर्वसामान्यपणे माणसाला वाटतं. त्याची मानसिकता ही 'जिंकण्याची' असते. आपल्याला 'सकारात्मक विचारसरणी', 'जिंकणं' 'कसं जिंकावं' वगैरे गोष्टींविषयी सांगण्यात आलं आहे. परंतु यातला समग्र आध्यात्मिक मुद्दा असा आहे की, तुमच्या अंतर्गत भागात जिंकण्यासारखं काहीही नसतं! तुम्ही आधीच 'जेते' असता. म्हणून लढा सोडून देऊन तुमच्या अंतर्यामी असलेल्या आध्यात्मिक आनंदात लीन होणं, तिला शरण जाणं ही अधिक चांगली गोष्ट असते. ज्या वेळी तुम्ही आत्मानंदात हरवून जाता किंवा या अधिक उच्च आणि अधिक महान गूढ प्रेरणांना शरण जाता, त्या वेळी बाह्य भागात तुम्ही प्रयत्न करत असलेल्या सर्व गोष्टींमध्ये खरा विजय मिळवण्याच्या दृष्टीनं तुमची वाटचाल सुरू होते.

या संदर्भात, पहिल्यांदा आपण ध्यान (झन्ना) म्हणजे काय आहे ही गोष्ट समजून घेतली पाहिजे. बौद्ध मतानुसार, ध्यान करणं याचा अर्थ मूलतः तुमच्या जाणिवेच्या किंवा चेतनेच्या अंतर्भागात जे काही चाललेलं असतं, त्याचा साक्षीदार होणं असा आहे. ज्या वेळी तुम्ही चेतनेच्या या अंतर्गत भागाचे साक्षीदार होता, त्या वेळी तुम्हाला सातत्यपूर्ण गतीनं विचारांची हालचाल सुरू असल्याचं दिसतं. विचार एकापाठोपाठ एक या पद्धतीनं येत राहतील. त्यात चिंता, इच्छा, हास्य आणि भय, एखादी गोष्ट मिळवणं इ. गोष्टींशी संबंधित विचार असतील. परंतु यातली महत्त्वाची गोष्ट अशी आहे की, बुद्धाच्या तत्त्वज्ञानाचं अनुसरण करायचं असं तुम्ही ठरवलं तर तुमच्या असं लक्षात येईल की, तुमच्या डोक्यात सुरू असलेल्या या विचारांच्या लढाईत भाग न घेणं ही महत्त्वाची गोष्ट आहे. तुमच्या डोक्यात सातत्यानं विचारांचं द्वंद्व सुरू असतं. परंतु, तुम्हाला त्या विचारांशी लढा द्यायचा नसतो किंवा त्यांच्याशी संघर्षही करायचा नसतो. तुम्ही फक्त त्यांना तसंच पुढे जाऊ द्या. त्यामुळे तुम्ही त्यांच्यावर विजय मिळवू शकता. म्हणून घडणाऱ्या गोष्टींचा साक्षीदार होण्याची, तुमच्या डोक्यातील विचारांच्या युद्धाचा मूक

साक्षीदार किंवा मूक निरीक्षक होण्याची क्षमता आपल्याकडे असल्याची जाणीव होणं म्हणजे ध्यान होय, असं बुद्धानं सांगितलं आहे. यामुळे तुम्हाला अंतर्गत शांतता प्राप्त होते. म्हणून काही वेळा नेत्यानंही साक्षीदार असणं, काही वेळा माघार घेणं आणि व्यापक पद्धतीनं गोष्टींचं मूल्यमापन करणं महत्त्वाचं असतं. जर युद्धात उडी न घेण्याचा निर्धार तुम्ही केला असेल तरच तुम्ही हे करू शकता. कित्येक नेते खऱ्या अर्थानं विकसित झालेले नसतात किंवा अधिक उच्च पदांवर पोहोचत नाहीत, कारण त्यांना सातत्यानं 'रस्त्यावर गुंडगिरी करणाऱ्यांसारखी' वैचारिक मारामारी करत राहायचं असतं. ते सातत्यानं आपापल्या टीमना टोमणे मारतात, टोचणी लावत राहतात. मात्र, आपल्या टीमला उचित मार्गावरून नेण्यासाठी त्यांचा 'मार्गदर्शक प्रकाश' होणं हे नेत्याचं खरं काम असतं. ज्या वेळी तुम्ही लढ्यापासून, संघर्षापासून थोडेफार तरी अलिप्त होता, फक्त त्याच वेळी तुम्ही असा उचित मार्गदर्शक म्हणून काम करू शकता. जर तुमची नजर मार्गावर खिळलेली असेल आणि त्या मार्गावरून चालणाऱ्या लोकांच्या कामात, जाण्या-येण्यात तुम्ही नाक खुपसत राहिला नाहीत, त्यांना चिथावणी देत राहिला नाहीत, तरच तुम्ही स्वतःसाठी आणि तुमच्या टीमसाठी योग्य मार्ग शोधू शकता. तुमच्या विचारांपासून थोडेसे अलिप्त व्हा. तुमच्या मनातील विचारांचा संघर्ष सोडून द्या आणि अंतर्गत शांतता प्राप्त करा. अंतर्गत शांतता प्राप्त करणं हेच बुद्धाच्या तत्त्वज्ञानाचं सार आहे. आपल्याला जीवनात कोणत्याही प्रकारचं यश मिळवायचं असेल, कोणतीही यशस्वी कामगिरी करून दाखवायची असेल तर या गोष्टीला व्यवहार्य अर्थही आहे.

बुद्धासारख्या व्यक्तीकडे तुम्ही वरवरच्या पद्धतीनं पाहिलं तर तुम्ही लगेच त्यांच्यावर 'अव्यवहारी आध्यात्मवादी' असा शिक्का मारून मोकळे व्हाल. परंतु यातली वस्तुस्थिती अशी आहे की, बुद्धाचं तत्त्वज्ञान हे अत्यंत व्यवहार्य आहे, कारण तुमच्या अंतर्गत अस्तित्वात तृप्ततेनं कसं राहावं आणि या अंतर्गत तृप्ततेचा, समाधानाचा उपयोग जगात चांगल्या आणि गतिमान कृती करण्यासाठी कसा करावा ही गोष्ट हे तत्त्वज्ञान तुम्हाला एकाच झेपेत शिकवतं. म्हणून नेतृत्व या विषयाच्या दृष्टीनं हे तत्त्वज्ञान अतिशय महत्त्वाचं आहे.

अगदी नेमकेपणानं सांगायचं झालं तर, पाश्चात्त्य जगात व्यवस्थापनातील साधेपणावर पुन्हा एकदा भर देण्यात आला आहे. मोठ्या परिणामासाठी

साध्या कृती करणं, विचारांमध्ये सुस्पष्टता असणं इ. गोष्टींवर तिथे भर दिला जात आहे. तुम्ही मान्य करा किंवा करू नका, पण यांपैकी अनेक गोष्टी या बुद्धाच्या ज्ञानात मुळं असलेल्या शिकवणुकीवर आधारित आहेत. मनातील साधेपणातून कृतीतील साधेपणा निर्माण होतो, परंतु कृतीतील साधेपणा याचा अर्थ दुर्बल साधेपणा असा होत नाही. याचा अर्थ अत्यंत स्पष्टतेतून करण्यात आलेली, स्पष्टतेच्या ऊर्जेनं भरलेली कृती असा आहे. म्हणून ज्या कंपन्यांना आपल्या कामात सुधारणा करून गतिमान कंपन्या होण्याची इच्छा असते, त्या कंपन्या साध्या संरचनांकडे वळतात. तिथे वर्चस्वी अधिकारांच्या अनेक उतरंडी नसतात. बुद्धासारख्या व्यक्तीनी मानवी जाणिवेत रुजवलेल्या स्फूर्तीशी याचा मोठाच संबंध आहे. बुद्धासारख्या लोकांनी दिलेल्या शिकवणुकी अशा आहेत : साधे रहा. विचारांच्या निरर्थकपणात गुंतून पडू नका. त्यांच्यामुळे तुम्ही सातत्यानं तुमच्या अंतर्गत स्वत्वाशी लढा देत राहता, तो लढा सोडून द्या. त्याच्यापासून दूर जा. त्यानंतर तुमच्या अंतर्यामी तुम्हाला जाणवत असलेल्या शांततेतून तुम्ही विजयी होऊन बाहेर पडाल. आपल्या अंतर्यामी कृपादायी, मौनाची, शांततेची स्थिती निर्माण करण्यास सक्षम असलेल्या लोकांकडेच करिष्मा असतो. त्यांच्या अंतर्यामी असलेली शक्तीच बाह्य भागात त्यांचा करिष्मा म्हणून साकार होते.

माणसाचा लढा देण्याचा विचार खरं तर मूर्खपणाचा आहे, कारण मूलतः तुम्ही प्रत्यक्ष जीवनाशी लढा देऊन जकू शकत नाही. आपल्याला सर्वांनाच मृत्यूसमोर शरणागती पत्करावीच लागते. तिथे आपल्याला समर्पण करावंच लागतं. आपण सगळेच जण या पृथ्वीतलावर हंगामी, तात्पुरत्या काळापुरतेच आहोत या वस्तुस्थितीसमोर आपल्याला शरणागती पत्करावीच लागते. म्हणून ऐहिक–भौतिक मानवी जीवनाच्या मर्यादांना आपण मनानंच स्वीकारणं आणि त्यांच्या समोर झुकणं, त्यांच्याशी समन्वय साधून वागणं सुज्ञपणाचं असतं. ज्या वेळी ऐहिक–भौतिक मानवी जीवनाच्या मर्यादांसमोर तुम्ही झुकता, त्यांना शरण जाता, तेव्हाच जाणिवेच्या प्रदेशात तुम्ही विजयी होऊन उदयास येता हे यातलं आश्चर्य आहे.

बुद्ध नेहमीच असं सांगत असे की, जीवनाच्या अंतिम सत्याला मानवी भाषेत खऱ्या अर्थानं अभिव्यक्त करणं अशक्य आहे. ही अतिशय महत्त्वाची गोष्ट आहे. तिचा अर्थ असा आहे की, अतिशय सत्य गोष्टींचं, अत्यंत गहन, सखोल अंतर्यामी असलेल्या गोष्टींचं मनुष्यनिर्मित मानांकनाच्या

आणि भौतिक परिणामांच्या मोजपट्टीवर मोजमाप करता येत नाही किंवा त्यांना भाषेच्या साहाय्यानं अभिव्यक्त करणंही शक्य नाही. जीवनाची ही सूक्ष्मता हाच जीवनाचा सर्वोच्च भाग आहे. अस्तित्वाच्या सूक्ष्मतेतूनच आपण विकसित होतो. बुद्धाच्या जगात शब्दांचे 'युक्तिवाद किंवा तर्क' महत्त्वाचे नसतात. त्याऐवजी जीवन हे विशिष्ट मूलभूत आध्यात्मिक तत्त्वांनी तयार झालेलं असतं हे समजून घेणं महत्त्वाचं असतं. ही आध्यात्मिक तत्त्वं आपल्याला समजून घेता आली तर आपण खूपच अधिक व्यवहार्य आणि शक्तिशाली पद्धतीनं कार्य करू शकतो. म्हणून साधेपणाचा धडा समजून घ्या आणि आत्मसात करा. तो अनावश्यक गोष्टींना दूर करतो आणि तुमच्या जीवनाच्या व नेतृत्वाच्या निवडींमध्ये तुमच्यातील सर्वोच्च गोष्टी आणून तुमची कार्यं उत्तम प्रकारे पार पाडतो.

गेल्या अनेक शतकांपासून बौद्ध मठ हे उत्कृष्टणाची, महान विद्वत्तेची आणि सर्जनशीलतेची केंद्रं आहेत. ही गोष्ट सर्व प्रकारच्या मठांना लागू पडते. भारत, चीन, जपान, श्रीलंका, कंबोडिया, व्हिएतनाम इ. सर्व देशांमधील मठांना ती लागू पडते. प्रत्येक ठिकाणच्या मठांनी बुद्धाच्या शब्दांचा स्वतःच्या पद्धतीनं खास अन्वयार्थ लावल्याचं दिसतं. त्यांच्यापैकी प्रत्येकानं अत्यंत सर्जनशील कला, तत्त्वज्ञान इत्यादींची सक्षमपणे निर्मिती केली आहे. मानवी जाणिवेवर त्यांचा सखोल प्रभाव पडला आहे. या व्यापक शिकवणुकीतील अत्यल्प भागाचं जरी आपण अनुकरण केलं आणि ती शिकलो तर आपल्याला आपल्या अंतर्यामीचा परमानंद तर सापडेलच, पण शिवाय आपल्याला बाह्य जगात नेते म्हणून अधिक चांगल्या प्रकारे काम करण्याचा आनंद आणि ऊर्जाही मिळेल.

प्रकरण ८

अंतर्गत अवस्थेतून एकात्मतेची सुरुवात होते

***शिकवण :** अस्तित्वाची एकात्मता हाच प्रभावी आणि विधायक कृतीचा पाया आहे. बुद्धाच्या एकात्मतेच्या दृष्टिकोनाची सुरुवात आपल्या विचार-प्रक्रियांच्या शुद्धीकरणापासून होते. तुम्हाला ज्ञात असलेल्या प्रत्येक गोष्टीपासून आपलं चित्त दुसरीकडे वळवण्याच्या आणि तुम्ही जे अमर्याद विशुद्ध अस्तित्व आहात, त्याच्यात निश्चिंततेनं राहण्याच्या विचारानं एकात्मतेचा प्रारंभ होतो. यामुळे तुमची सर्वोच्च जाणीव आणि गतिमानतेची न वापरलेली क्षमता सक्रिय होते.*

अस्तित्वाच्या अंतर्यामीच्या (अंतराच्या) अवस्थेतूनच सर्व एकात्मतेचा (सामग्गीचा) किंवा सुसंवादाचा प्रारंभ होतो यावर बुद्धानं भर दिला होता. बुद्धानं जगाला दिलेलं हे एक अत्यंत महत्त्वपूर्ण योगदान आहे. फक्त शांततेच्या, समाधानाच्या, अत्यानंदाच्या आणि व्यक्तीच्या अस्तित्वाच्या अंतर्यामीच्या तृप्ततेच्या अवस्थेतूनच व्यक्तीला बाह्य जगात सर्जनशीलतेचं आणि उत्पादकतेचं साकारीकरण करण्याची शक्ती प्राप्त होते.

यश आणि नेतृत्व या विषयांचा विचार करता, हा धडा अतिशय महत्त्वाचा असतो. सहसा नेहमीच नेतृत्वाच्या स्थानी असलेल्या व्यक्तींमध्ये अंतर्गत संघर्ष भरून राहिलेला असतो. ते अत्यंत तणावात, चिंताग्रस्ततेत आणि ताणात असतात. अशा नेत्यांमुळे बाह्य जगात किंवा भौतिक

जगात सुसंवाद निर्माण होण्याचं फलित मिळण्याची सकारात्मक अपेक्षा आपल्याला कशी काय बाळगता येईल? असे नेते फक्त अधिकाधिक संघर्षच निर्माण करतील. ते अधिक सुसंवादाची निर्मिती करू शकणार नाहीत. या सगळ्याची सुरुवात आपल्या जाणिवेच्या अंतर्गत अवस्थेतून होते. ही गोष्ट समजून घेणं अतिशय महत्त्वाचं आहे. यामुळेच बुद्धाच्या शिकवणुकीचा गूढ किंवा आध्यात्मिक भाग आत्यंतिक समर्पक ठरतो. याचे फक्त मानसिक पातळीवरच परिणाम होत नाहीत, तर नेत्याकडून बाह्य जगात कोणत्या कंपनांची, स्पंदनांची, कोणत्या भावनांची निर्मिती झाली पाहिजे याविषय़ीच्या आकलनावरही याचे परिणाम होतात.

म्हणून ही शिकवण अखेरीस पुन्हा एकदा नेत्याच्या आध्यात्मिक मुळांकडे परत येते. नेता अस्तित्वाच्या कोणत्या अवस्थेत आहे हे महत्त्वाचं ठरतं. जर नेता अहंकारातून कार्य करत असेल तर तो किंवा ती जगात फक्त अहंकारावर आधारित संघर्षांचीच निर्मिती करतील. म्हणून ही गोष्ट अतिशय महत्त्वाची असते. जर लहान गोष्टींनी, लहान त्रस्ततांनी किंवा ताणांनी आणि तणावांनी व्यक्तीचं अंतर्गत अस्तिव विस्कळित झालेलं असेल तर तो किंवा ती अधिक चांगल्या जगाची किंवा कामाच्या अधिक चांगल्या वातावरणाची निर्मिती कशी काय करू शकेल? जर अंतर्गत दुःखानं व्यक्तीचं मन भरून गेलं असेल तर ती बाह्य जगात आनंदाची निर्मिती कशी काय करू शकेल? आपण या गोष्टींचा विचार केलाच पाहिजे, कारण फक्त आपल्याकडे असलेल्या कौशल्यांच्या संचांचाच नेतृत्वाशी संबंध नसतो. आपल्या स्वतःच्या अस्तित्वातील सत्याच्या पातळीशीही त्याचा मोठाच संबंध असतो. आपल्या स्वतःच्या अस्तित्वात आपल्याला अनुभव येत असलेल्या आनंदाच्या पातळीशी त्याचा संबंध असतो, कारण अखेरीस व्यक्तीच्या नेतृत्वाच्या शैलीतून हीच गोष्ट दिसून येते आणि तिचीच अभिव्यक्तीही होते.

अनेक नेते ज्या प्रेरणांनी कार्य करण्यास प्रवृत्त होतात, त्या प्रेरणा सुसंवादाच्या असतातच असं नाही. खरं म्हणजे सहसा प्रत्यक्षात त्या सुसंवादीपणाच्या किंवा एकात्मतेच्या नसतातच. त्यांच्यापैकी अनेक जणांकडे माणूस म्हणून त्यांच्या अंतर्यामातील कोणती गोष्ट महत्त्वाची असते याविषय़ीची दृष्टी नसते. म्हणून त्यांच्या नेतृत्वाच्या स्थानावरून ते जे काही करतात, त्यामुळे परिस्थितीत फारसा फरक पडत नाही. उलटपक्षी, त्यामुळे परिस्थिती आणखीच चिघळते. त्यांच्या संघटनांमध्ये किंवा समाजांमध्ये

अधिकाधिक मनस्ताप आणि तणाव निर्माण होतो. खरोखरचं सकारात्मक परिवर्तन हे नेत्यांना त्यांच्या अंतर्यामी त्यांना जाणवणाऱ्या समरसतेतून, करुणेतून, ज्ञानातून आणि आकलनातून घडून येतं. दुःख दूर करणारा नेता किंवा सकारात्मक नेता या संज्ञेचा हाच अर्थ आहे.

आजतागायत आपापल्या ऊर्जांची गुंतवणूक संघर्षात केलेले अनेक नेते जगानं पाहिले आहेत. यापुढचे नेते हे जगाचं, त्यांच्या समाजाचं आणि परिसंस्थांचं दुःख सर्वशक्तिनिशी दूर करण्याचा प्रयत्न करणारेच असले पाहिजेत आणि ही गोष्ट अंतर्यामीच्या शांततामय अवस्थेतूनच सुरू होईल.

दैनंदिन जीवनातील गोष्टींविषयी नेमकेपणानं सल्ला विचारल्याशिवाय गौतम बुद्ध सहसा त्यांच्याविषयी बोलत नव्हता. त्याला आपल्या पायाभूत जाणिवेच्या क्षेत्राविषयी अधिक चिंता वाटत होती. जर हे क्षेत्र अचूकतेनं, योग्य प्रकारे तयार झालं असेल, तर प्रत्येक गोष्ट तशाच अचूकतेनं आणि योग्य प्रकारेच पार पडते. जर अंतर्यामीच्या जाणीवेत सुसंवाद असेल तर प्रत्येक गोष्ट एकात्म, परस्पर-सुसंवादी स्वरूपाची होते. परंतु जर तिथे संघर्ष निर्माण झाला असेल तर नंतरही फक्त संघर्ष हेच फलित आपल्या समोर येईल.

म्हणून आपण एक गोष्ट लक्षात ठेवली पाहिजे. ती म्हणजे व्यक्ती म्हणून आपल्या नकारात्मक अवस्थांना आपण चिकटून राहू नये. मानवी मनाला त्याच्या स्वतःच्या नकारात्मक अवस्थांचं खूप मोठं आकर्षण असतं. ते नकारात्मक अवस्थांना चिकटून राहतं आणि कल्पनांमधून, विचारांतून त्यांना वाढवत नेतं. त्यामुळे नकारात्मक अवस्थांचा आपल्यावरचा प्रभाव वाढत राहतो. असं करताना बाह्य संघर्षाच्या निर्मितीसाठी अनुकूल परिस्थिती निर्माण होतात. ही गोष्ट फक्त नेत्यांनाच लागू होत नाही, तर यशाविषयीच्या आपल्या संपूर्ण दृष्टिकोनलाच ती लागू होते. संपूर्ण 'सकारात्मक विचारसरणीचं शास्त्र' हे काहीसं उथळ आहे, कारण ते शंका विचारण्यातील शक्ती काढून घेतं. तसंच गोष्टींविषयी प्रश्न विचारण्याची क्षमताही काढून घेतं. परंतु, बुद्ध ज्याविषयी बोलत आहे ती अधिक गहन गोष्ट आहे. तो तुमच्या अंतर्यामी असलेल्या तुमच्या अस्तित्वाला सुसंवादाच्या, एकात्मतेच्या अवस्थेत आणण्यास सांगत आहे आणि त्या सुसंवादाच्या माध्यमातूनच त्याचा अटळ नैसर्गिक परिणाम म्हणून परमानंदाची आणि आनंदाची निर्मिती होते. त्यामुळे नंतर तुम्ही जी कृती करता तिच्यात आनंदाची निर्मिती करण्याची अधिक क्षमता असते आणि तिच्यात खरोखरचं सकारात्मक मूल्यही असतं.

कोणत्याही क्षेत्रातील नेता किंवा यशस्वी व्यक्ती म्हणून नेता किती मूल्याची निर्मिती करतो हे अखेरीस महत्त्वाचं असतं. परंतु मूल्यनिर्मितीऐवजी अनेक नेते मूल्याचा ऱ्हास करतात. असे नेते मूल्यनिर्मितीची ताकद म्हणून समोर येण्याच्या ऐवजी मूल्य-विनाशाची ताकद म्हणून समोर येतात. बाह्य जगातील त्यांच्या सत्तेच्या पदाच्या तुलनेत त्यांचा अंतर्गत विकास खूपच मागे पडलेला असतो, हे त्यामागचं कारण असतं. त्यांना जगात जे करण्याची परवानगी देण्यात आलेली असते ते कार्य आणि त्यांच्या अंतर्यामाची अवस्था यांच्यामध्ये मोठीच तफावत असते. एकीकडे त्यांच्याकडे मोठी शक्ती, सत्ता असते. परंतु दुसरीकडे सुरळीतपणे किंवा त्यांनी जितक्या सुसंवादीपणे ते कार्य केलं पाहिजे तितक्या एकात्मतेनं ते कार्य करण्याची त्यांच्याकडे अंतर्गत क्षमता नसते. अशा वेळी त्यांच्याकडची विध्वंसक शक्ती वाढते. त्यांच्या कामाच्या ठिकाणी, समाजात ते संघर्षाची निर्मिती करतात. आपल्या सुंदर, नीलवर्णी पृथ्वी ग्रहावर आपल्याला सर्वत्र दिसत असलेल्या सामुदायिक विध्वंसकपणाचं हे मूळ कारण आहे.

मूलतः अंतर्गत समृद्धीची पातळी निर्माण करण्याशी या सगळ्याचा संबंध आहे. अंतर्गत समृद्धीतून बाह्य समृद्धी येते. तुमच्या अंतर्यामी सखोल पातळीवर तुम्हाला जे वाटतं, तोच मनोभाव जगात पसरतो. यालाच आपण करिष्मा म्हणतो. काही लोकांकडे आनंदी, चुंबकीय स्वरूपाचा, गूढ करिष्मा असतो. तो अंतर्गत समृद्धीच्या आणि निर्मितिक्षमतेच्या अवस्थेतून दिसून येतो. आपल्याला अंतर्गत पातळीवर समृद्ध व्हायचं आहे हे फक्त लक्षात ठेवलं तरी जगातील आपल्या कृती आपोआपच हे समृद्धीचे गुणधर्म आत्मसात करतात, हे यातील खरं सौंदर्य आहे. ही जणूकाही आपोआपच तुम्हाला दिली जाणारी सूचना असते.

बुद्ध नेहमीच असं म्हणत असे, ''तुम्ही जसा विचार करता, तसेच होतं''. म्हणून जर आपण आतूनच सुसंवादी आणि एकात्म आहोत या विचारात तुमच्या मनाला तुम्ही बुडवून टाकलं तर एका सुंदर प्रवासाला सुरुवात होते. मग तुम्हाला आपल्या स्वतःच्या क्षमतेविषयीची तुमची समज वाढल्यासारखं, तिचं नूतनीकरण झाल्यासारखं, पुनर्जन्म झाल्यासारखं, पुनरुज्जीवन झाल्यासारखं वाटेल. नकारात्मकतेला चिकटून राहण्याऐवजी तुम्ही सुसंवादाच्या एकात्मतेच्या क्षमतेत वाढ करू शकाल. तिचा विकास करू शकाल. अगदी त्या क्षणापासून पुढे एक व्यक्ती आणि एक नेता म्हणून तुम्ही अत्यंत सकारात्मक, सर्जनशील, उत्पादक व्यक्ती व्हाल.

प्रकरण ९

शत्रुत्व सोडून द्या

***शिकवण :** बुद्धाचं स्वतःचं जीवन हे बंधुभावाच्या शक्तीचं आणि विश्वकल्याणाच्या भावनेचं आदर्श उदाहरण होतं. म्हणूनच तो इतिहासातील सर्वांत मोठ्या धार्मिक समुदायाचं म्हणजेच संघाचं नेतृत्व करू शकला. या ब्रह्मांडाचा समान नागरिक असणं हा प्रत्येक जीवाचा जन्मसिद्ध अधिकार आहे. म्हणूनच आपण इतरांना मिळालेल्या या जन्मसिद्ध अधिकाराची बूज राखलीच पाहिजे. आपण तिरस्कार आणि द्वेष या भावनांचा त्याग केला पाहिजे. त्यामुळे आपण अंतर्यामी मुक्त होतो आणि सहजतेनं व गतिशीलतेनं अन्योन्यक्रिया करून संवाद साधू शकतो. सौहार्दपूर्ण भावनेच्या जादूनं निष्ठेनं आणि बंधुभावानं इतरांशी कसं वागावं आणि इतरांकडूनही आपल्याकरिता हे गुण कसे मिळवावेत हे सर्व महान नेत्यांना माहीत असतं.*

''दुसऱ्यांच्या चुका सहजपणे लक्षात येतात,
पण आपली चूक समजणं कठीण असतं.''
–गौतम बुद्ध

वैयक्तिक तिरस्कार किंवा नापसंती सोडून देण्याच्या व्यक्तीच्या क्षमतेवर नेतृत्वाची परिणामकारकता अवलंबून असते. त्या दृष्टीनं ही क्षमता हे नेतृत्वाचं अत्यंत महत्त्वाचं तत्त्व असतं. शत्रुत्व, द्वेष, इतरांविषयीची नावड किंवा इतरांशी मिळून मिसळून न वागणं, यामुळे आपली क्षमता जाणून घेण्यापासून व्यक्ती परावृत्त होते. एकदा ही शत्रुत्वाची भावना सोडून दिली की माणूस खऱ्या अर्थानं त्या भावनेतून मुक्त होतो. त्याच्या मनावरचं ओझं उतरतं. असं करून व्यक्ती हलकीफुलकी होते. त्यानंतर ती शत्रुत्वाच्या भावनेनं खाली खेचली न जाता खुल्या आकाशात आनंदानं विहार करू लागते.

वैयक्तिक शत्रुत्वाच्या भावनेत जखडले न जाता लोकांचे परस्परांशी बंध निर्माण व्हावेत आणि त्यांना शत्रुत्वाची भावना सोडून देता यावी, त्या भावनेच्या पलीकडे जाता यावं अशा पद्धतीनं गौतम बुद्धानं त्याच्या जीवनभर लोकांना एकत्र ठेवण्याचा प्रयत्न केला. खरं तर या संदर्भात त्याच्या जीवनातील काही प्रसंगांची उदाहरणं देता येतील. एक व्यक्ती त्याच्या अंगावर थुंकली होती. त्याच्या शिष्यांना त्या व्यक्तीचा अतिशय संताप आला होता. काही जणांना तर त्या व्यक्तीला मार देण्याची इच्छा होती. परंतु बुद्धानं ते सारं सोडून दिलं. त्यानंतर तो कशामुळे इतका शांत राहू शकला असं विचारल्यानंतर त्याने फक्त इतकंच म्हटलं की, त्या व्यक्तीला संतप्तपणे प्रतिसाद द्यावा की शांतपणे प्रतिसाद द्यावा याची तो निवड करू शकत होता. त्याने शांत राहण्याची निवड केली होती. महान अशोकासारख्या अनेक जणांवर या उदाहरणाचा खूप मोठा परिणाम झाला. कलिंगाच्या युद्धानंतर अशोकाचं खऱ्या अर्थानं हृदयपरिवर्तन झालं. बुद्धाच्या गूढ शिकवणुकीतून तो क्षमा आणि करुणा हे नेतृत्वाचे दोन गुणधर्म शिकला. म्हणूनच अशोकाला जगात आजतागायत होऊन गेलेल्या नेत्यांपैकी सर्वांत महान नेता मानलं जातं.

आता पुन्हा एकदा तुम्ही भगवत् गीतेच्या शिकवणुकीचा विचार केला तर तुम्हाला तिच्यातही अशाच शिकवणुकीचे पडसाद उमटल्याचं दिसेल. कृष्ण अर्जुनाला असं सांगतो की, त्याने रणभूमीवर वैयक्तिक शत्रुत्वाचा विचार करू नये. प्रतिस्पर्धी योद्ध्यांकडे शत्रू म्हणून न पाहता आपल्या समोर ब्रह्मांड उलगडत असलेल्या नाट्यातील कलाकार म्हणून पाहावं, असं तो त्याला सांगतो. बुद्धाच्या झेन शिकवणुकीतील बुशिदो संहितेवर आधारित असलेल्या जपानच्या सामुराई परंपरेतसुद्धा असंच तत्त्व सांगण्यात आलं

आहे. शत्रूविषयी वैयक्तिक शत्रुत्वाची भावना असू नये आणि त्याबरोबरच वैयक्तिकरीत्या त्याच्याविषयीची नावड किंवा तिरस्कारही असता कामा नये. जर तुमच्या अंतःकरणात शत्रुत्वाची भावना घेऊन तुम्ही काम करत राहिलात तर तुम्ही प्रभावशाली नेता झालात तरी कधीही समाधानी नेता होणार नाही. नेतृत्वाचा आणखी एक मार्गही आहे. अंतःकरण नेहमी खुलं ठेवावं, आपल्या नैसर्गिक स्वत्वात राहावं आणि तिरस्काराच्या किंवा शत्रुत्वाच्या भावनेतून नेहमीच स्पर्धात्मक वृत्तीनं वागू नये. तुम्ही जिंकण्यासाठी इतरांचा पराभव होण्याची आवश्यकता नसते. विश्वात प्रत्येकाला विजेता करण्याइतक्या पुरेशा प्रमाणात सगळ्या गोष्टी आहेत.

या दृष्टिकोनातून महान सर्जनशीलतेचा जन्म होतो. या दृष्टिकोनातून महान सहकार्याचा आणि सांघिक कामाचा उदय होतो. खरं म्हणजे आधुनिक काळात कामाच्या ठिकाणी ही अतिशय महत्त्वाची शिकवण आहे, कारण अलीकडे एकाच संघटनेतील किंवा राष्ट्रातील किंवा यंत्रणेतील लोकांच्या मनात परस्परांविषयी द्वेषाची भावना असते. या संघर्षामुळे प्रचंड प्रमाणात हानी होते, विध्वंस घडतो. चांगल्या आणि सर्जनशील गोष्टींसाठी वापरणं शक्य असलेली तीच ऊर्जा एकमेकांमधील लढ्यामुळे, संघर्षामुळे वाया जाते. म्हणून टीमच्या क्षमतेची जाणीव करून घेण्याचं व्यवहार्य साधन म्हणून नेत्यानं शत्रुत्वाचा, नावडीचा, तिरस्काराचा, वैयक्तिक प्राधान्यांचा त्याग करून औदार्यानं आणि मुक्त मनोरचनेतून काम करणं आवश्यक असतं. त्याने इतक्या औदार्यानं वागलं पाहिजे आणि इतक्या मुक्त मनोरचनेतून काम केलं पाहिजे की, त्यामुळे खरोखरच्या परिवर्तनासाठी आणि सर्जनशीलतेसाठी उत्प्रेरक म्हणून त्याचा उपयोग झाला पाहिजे.

आपण सर्व जण एकाच अस्तित्वाच्या चक्राचे भाग आहोत. वृक्ष जमिनीतून पोषण मिळवतो. पक्ष्यांना आणि प्राण्यांना वृक्षाखाली सावली मिळते. त्यांना वृक्षाची फळं चाखायला मिळतात. माणसं वृक्षाची फळं गोळा करतात आणि अशा प्रकारे हे चक्र पुढे-पुढे सुरूच राहतं. शत्रुत्व सोडून देणं याचा साधा अर्थ तुम्ही अधिकाधिक प्रमाणात या ब्रह्मांडीय चक्राचा भाग होणं असा आहे. शत्रुत्वाची भावना न बाळगता लोकांमधील या देवाण-घेवाणीचा भाग होणं असा याचा अर्थ आहे. आपल्या फांद्यांवर बसलेल्या वेगवेगळ्या प्रकारच्या पक्ष्यांमध्ये वृक्ष भेदभाव करत नाही. नेता हा खोलवर मुळं गेलेल्या आणि ज्याच्यावर अनेक लोक अवलंबून राहू शकतील आणि

विश्वास ठेवू शकतील अशा एखाद्या अत्यंत भक्कम वृक्षासारखा असला पाहिजे. महान नेता इतरांच्या विकासासाठी आणि भरभराटीसाठी सावली पुरवतो. तो किंवा ती लहान परिसंस्थेची निर्मिती करतात. या परिसंस्थेत अनेक गोष्टी बहरतात आणि त्यांची भरभराट होते.

विचारांना सोडून देणं हा जीवनातील अत्यंत उदात्त घटकांपैकी एक आहे. वैयक्तिक निवडींविषयीच्या मनाच्या छांदिष्टपणाच्या भावनेला सोडून देणं असा याचा अर्थ आहे. निवडी करणं चांगलं असतं, परंतु सहसा नेहमीच आपली प्रेरणा ही पूर्वीच्या विचारांनी झपाटून गेलेली असते. तिला त्याच विचारांची सवय झालेली असते. त्यामुळे आपण नवीन लोकांशी पुरेशा खुलेपणानं सहकार्य करत नाही. जो नेता नवीन लोकांशीही चांगल्या प्रकारे जुळवून घेऊन त्यांच्या बरोबर काम करू शकतो, तोच चांगला भावी नेता होतो. त्याच्या मनात नवीन लोकांविषयी शत्रुत्वाची भावना नसते.

याचा अर्थ फक्त दयाळू व्यक्तीच नेता असते असा नाही. जी व्यक्ती सर्व प्रकारची नकारात्मक ऊर्जा सोडून देते ती अधिक प्रमाणात अधिकार प्राप्त करते आणि तिलाच करिष्माही अधिक प्रमाणात लाभतो. अखेरीस तिचंच म्हणणं अधिक प्रमाणात ऐकलंही जातं असा याचा अर्थ आहे. नेतृत्वाच्या जुन्या प्रकारात म्हणजेच पूर्वीच्या काळात कदाचित लोकांवर सक्ती केली जाऊ शकत होती. परंतु आता हे सर्जनशीलतेचं युग आहे. या सर्जनशीलतेच्या युगात पुरेशा प्रमाणात साहसी असलेली, आपल्या वैयक्तिक कलाच्या किंवा विशेष आवडीच्या पलीकडे जाण्यास सक्षम असलेली आणि इतरांवर विश्वास ठेवण्याची क्षमता असलेली व्यक्ती नेता असते. अधिक व्यापक पातळीवरून माणसांवर विश्वास ठेवण्याचा काय अर्थ असतो हे महान नेत्यांना माहीत असतं. विश्वास ठेवण्यासाठी अविश्वासाला दूर सारणं आवश्यक असतं. यामुळे व्यक्तीचा अधिकार नाहीसा होत नाही. त्याऐवजी तिच्या अधिकारात वाढ होते, कारण त्या व्यक्तीवर खरोखरचा विश्वास ठेवणारे लोक आणि ती व्यक्ती ज्या गोष्टीच्या बाजूनं उभी राहते त्या गोष्टीवर खरा विश्वास ठेवणारे लोकही तिच्या भोवती गोळा होऊ लागतात. आजच्या जगात व्यक्तीचा अस्सलपणा, प्रामाणिकपणा पडताळून पाहणं खूपच सोपं आहे. आपल्या आजच्या जगात अनेक प्रकारे आपण जगासमोर येतो. आपल्या अन्योन्य क्रियांमधून, आपल्या मेलमधून, समाजमाध्यमांवरच्या आपल्या दृष्टिकोनांतून अशा अनेक प्रकारे आपलं व्यक्तिमत्त्व जगासमोर उघड होतं. म्हणून आपल्या

स्वभावाशी प्रामाणिक राहून नैसर्गिकपणानं वागणं ही अधिक चांगली गोष्ट असते. मात्र, त्याच वेळी इतरांविषयी खोलवर नाखुशीची, नावडीची किंवा तिरस्काराची भावना मनात बाळगता कामा नये. तुमचं शिक्षण, तुमचा अनुभव किंवा तुम्ही राहत असलेला तुमचा समाज यांनी कदाचित कळत किंवा नकळत तुमच्यावर त्या भावनांची ओझी लादली असतील. पण त्या सगळ्यांना सोडून द्या. तुम्ही ज्या टीमसोबत काम करत असाल तिच्या समग्रतेवर, त्या टीममधील लोकांच्या समग्रतेवर, संपूर्णत्वावर तुमच्या अंतःकरणाला, हृदयाला विश्वास ठेवू द्या. त्यानंतर तुम्ही अधिक उत्पादक झाल्याचं तुमच्या लक्षात येईल. शिवाय एवढंच नसेल तर, त्याबरोबरच तुम्ही एक स्वाभाविक नेता झाला असाल आणि तुमच्या गटाकडून तुम्हाला आदर आणि सन्मान मिळेल.

प्रकरण १०

तुम्ही जे आहात तसेच राहणं म्हणजे गतिशीलता

शिकवण : *नक्कल करण्याची किंवा इतर कोणासारखं होण्याची मानसिक दुर्बलता दूर करा आणि स्वत्वात राहण्याइतपत शक्तिशाली होण्याचा प्रयत्न करा. तुमच्यासारखं कोणीही नसतं आणि कोणीही नसेल. प्रत्येक अस्तित्व ही ब्रह्मांडाची अद्वितीय निर्मिती आहे. आपल्या सर्वाधिक अंतर्गत भागात असलेल्या स्वतःच्या सत्याचा, अंतरात्म्याचा शोध घ्या, असं बुद्धानं त्याच्या शिष्यांना अत्यंत कळकळीनं सांगितलं. खरोखरच्या प्रामाणिक, स्वतंत्र वृत्तीच्या आणि परिवर्तनशील नेत्यांकडे असा अस्सल आत्मविश्वास आणि आत्मप्रेरणा असते. नेतृत्वासाठी याशिवाय इतर कोणत्याही गुणाची इतकी आवश्यकताही नसते.*

नेतृत्वाच्या दृष्टीनं विचार करता, सहसा नेत्यांना मुखवटे धारण करण्यात, स्वतःच्या अस्तित्वात न राहण्यात अतिशय रुची वाटते. ते जे कोणी असतात तसेच राहण्याऐवजी, इतर कोणासारखं असण्याचा प्रयत्न करण्याची त्यांना आवड असते. परंतु, प्रत्यक्षात ही नेतृत्वाची फारशी चांगली व्यूहरचना नसते. वैयक्तिकरीत्या तुमच्यासाठी ती चांगली नसते आणि जगासाठीसुद्धा ती चांगली ठरत नाही. स्वतःच्या अस्तित्वात असणं, तुम्ही जे असता,

तसेच राहणं ही गतिशीलता असते. बुद्धाचा हाच मुख्य मध्यवर्ती संदेश आहे. तुमच्या स्वत्वात अत्यंत प्रामाणिकपणे राहा, यावर तो नेहमीच भर देत होता. तुम्ही जसे आहात तसे राहा, इतरांसारखे होण्याचा, त्यांचं अनुकरण करण्याचा प्रयत्न करू नका, असं तो आग्रही प्रतिपादन करत होता. तुमच्या स्वत्वातच संभाव्य बुद्ध किंवा तुमच्यातील ज्ञानी अस्तित्व राहत असतं.

दुसरीकडे, यातली व्यवहार्य बाजू अशी आहे की, तुम्ही समग्रपणे जे कोणी असता ते न होता आपल्या भोवती इतर कोणाच्यातरी व्यक्तिमत्त्वाचं कुंपण घालून घेणं किंवा मुखवटा धारण करणं या गोष्टी निरर्थक असतात, कारण आता जग अधिकच पारदर्शक झालं आहे. लोकांना वाचणं, त्यांचे विचार समजून घेणं अधिकच सोपं झालं आहे. आपण जवळजवळ स्पष्टपणे सर्वांसमोर आलो आहोत. म्हणून एखादा मुखवटा धारण करणं ही गोष्ट एखाद्या नेत्याकरिता थोड्या वेळासाठी प्रभावी ठरू शकते, परंतु अंतिमतः कोणत्याही दृष्टीनं ती तृप्तता मिळवून देणारी नसते. म्हणून ज्या अवस्थेत इतरांसारखे दिसण्याचे किंवा वागण्याचे प्रयत्न न करता तुम्ही अधिकाधिक प्रमाणात तुमच्या स्वत्वात असाल, स्वतःच्या नैसर्गिक प्रेरणांना दडपून न टाकता त्यानुसार वागू शकाल अशा अवस्थेत राहिलं पाहिजे, हे याचं सार आहे. अशा प्रकारे वागल्यास तुमच्या अंतर्यामीच्या तुमच्या स्वतःच्या संपूर्ण ऊर्जेचं एकत्रीकरण करण्यास तुम्ही सक्षम व्हालच, शिवाय तुम्ही ज्यांचं नेतृत्व करत आहात, त्यांच्याशी तुमची उत्तम ऊर्जा प्रामाणिकपणे वाटून घेण्यासही तुम्ही सक्षम व्हाल. यालाच गतिमान नेतृत्व म्हणतात. हेच खरोखरचं सकारात्मक नेतृत्व असतं.

बौद्ध धर्मात असं सांगितलं जातं की, आपल्या स्वत्वाशी प्रामाणिक राहिल्यामुळे थोड्या वेळापुरतं नैराश्य किंवा हताशा निर्माण होऊ शकते. परंतु अखेरीस त्यामुळे तुमच्या अंतरंगात नैसर्गिकतेचा आणि प्रकाशाचा तेजस्वी गुणधर्म निर्माण होतो. तुम्ही आतूनच परिपूर्ण होता. तुम्हाला तुमचं केंद्रस्थान शोधता येतं. ज्या व्यक्तीला तिचं केंद्रस्थान सापडतं ती इतरांवर अतिशय मोठा प्रभाव टाकू शकते. यामुळे तुमच्या व्यक्तिमत्त्वाला दृढता प्राप्त होते आणि तुमच्या भोवती तेजोवलय निर्माण होतं.

अखेरीस बुद्धानं शिकवलेल्या ध्यानाचा विचार करता, सर्वाधिक प्रामाणिकपणे आपल्या स्वत्वात राहण्यास आत्यंतिक महत्त्व असतं. अशा वेळी तुम्ही मूलतः जे काही आहात, त्या अवकाशात तुमचं मन जातं आणि

तिथल्या ऊर्जेशी म्हणजेच तुमच्या अंतरात्म्याशी तादात्म्य पावतं. ध्यान याच गोष्टीचा समग्र पाठपुरावा करत असतं. आपलं शंभर टक्के अस्तित्व म्हणून आपल्या शंभर टक्के स्वत्वात राहण्यास मुळीच घाबरू नका. तुम्हाला खरोखरची तृप्तता आणि यश मिळण्यासाठी हीच गोष्ट आवश्यक असते. तुम्ही आतूनच किती प्रामाणिक आहात यावर तुमचा आनंद अवलंबून असतो. मनाच्या आनंदी चौकटीत असणं ही गोष्ट एका नेत्यासाठी आत्यंतिक महत्त्वाची असते. अन्यथा, तो इतरांच्या मनात किंवा संपूर्ण समाजात आनंद कसा काय आणू शकेल? ज्या उद्दिष्टासाठी तो काम करत असतो, त्या उद्दिष्टात, त्याच्या कामात, त्याच्या लोकांमध्ये तो मूल्याची निर्मिती कशी काय करू शकेल?

ब्रह्मांडानं आपण जसे आहोत तशी आपल्यासाठी आयुष्याची निर्मिती केली आहे. आपल्याला इतर कोणासारखंही होण्याची आवश्यकता नाही. आपल्याकडे आपल्या प्रामाणिक स्वत्वाची मोठ्या प्रमाणातील अव्यक्त ऊर्जा आहे आणि हीच आपली एकमेव मर्यादा आहे. आपण मर्यादित, संकुचित झालो आहोत आणि दडपले गेलो आहोत. आपण कोण आहोत ते आपण दडवून, दडपून ठेवतो, कारण आपल्याला सातत्यानं कोणत्या ना कोणत्या विशिष्ट प्रकारे वागण्यास, कृती करण्यास सांगण्यात आलेलं असतं. आपल्याला देण्यात आलेल्या आदेशानुसार, त्या पद्धतीनं काम केलं पाहिजे किंवा वागण्याची हीच 'अचूक पद्धत' आहे असं आपल्याला ठासून सांगण्यात आलेलं असतं. मात्र, तीच पद्धत आपल्या प्रामाणिक ऊर्जेशी सुसंगत असलीच पाहिजे किंवा असतेच असं नाही. म्हणून असं काम करताना आपल्या मनात फारसा उत्साह, उत्कट इच्छा, उत्कट प्रेम किंवा महान ऊर्जा निर्माण होत नाही.

अखेरीस, तुमच्या अंतर्गत उत्कट इच्छेत बुडून जाऊन करण्यात आलेल्या कामातूनच गतिमान कृती निर्माण होते. नेहमीच उत्कट इच्छेनं, तळमळीनं काम करणारं नेतृत्व उत्कृष्ट मानलं जातं आणि ज्या वेळी तुमच्या अंतर्गत अस्तित्वाचं एकत्रीकरण झालेलं असतं, ते अखंड असतं त्या वेळीच उत्कट इच्छेतून केलेली कृती जन्माला येते. या अखंडत्वातून, एकत्रीकरणातून प्रामाणिकपणा निर्माण होतो. आपण जे कोणी आहोत तसेच वागणं, इतर कोणाचीही नक्कल न करणं, ढोंगीपणानं न जगणं या सगळ्या गोष्टी या प्रामाणिकपणाचाच भाग असतात. नेतृत्वाच्या विषयात ढोंगीपणाचा

विषय हाताळावाच लागतो, असं तुमच्या लक्षात येईल, कारण बहुतेक नेते हे कळत-नकळत आपण जे नसतो, तेच असल्याचं दाखवण्याचा कमी-जास्त प्रमाणात प्रयत्न करतात. जीवनाच्या विविध क्षेत्रांतील नेत्यांमध्ये हा सामाईक गुणधर्म आढळतो. म्हणूनच सर्वसामान्यपणे माणसांचा आपल्या नेत्यांवरचा विश्वास ढळला आहे. अलीकडचे नेते फारसे प्रामाणिक, स्वाभाविक, नैसर्गिक नेते असल्याचं दिसत नाही. ते फक्त परिस्थिती-अनुरूप सगळ्या गोष्टींची कौशल्यपूर्वक भलावण करत राहतात. तुम्हाला अगदी क्वचितच एखादी उत्स्फूर्ततेनं, स्वाभाविकपणे वागणारी व्यक्ती आढळते. जिच्यावर तुम्ही पूर्ण विश्वास ठेवू शकाल अशी व्यक्ती सापडणं जवळजवळ दुर्मीळच असतं. पण अशी प्रामाणिक व्यक्ती चुकून आढळलीच तर तिच्या व्यक्तिमत्त्वातून बाहेर पडणाऱ्या नेतृत्वाच्या मनोभावांमुळे तुमच्या मनात आशा आणि मोठा विश्वास निर्माण होतो आणि मानसिकदृष्ट्या तुम्ही निश्चिंत होता. असा नेता म्हणून तुम्ही काम करत असाल तर ही गोष्ट ज्या वेळी तुम्ही तुमच्या स्वत्वात असता, प्रामाणिक असता त्याच वेळी घडते. त्या वेळीच इतरांचा खरा विश्वास प्राप्त करण्याची क्षमता तुम्ही संपादित केलेली असते आणि आपल्याकडे अशी क्षमता आहे, या विश्वासातून तुमच्या नेतृत्वाला विश्वासार्हता लाभते.

बुद्ध नेहमीच असं म्हणतो की, आपल्या अंतर्यामी महान ज्ञानाचा खजिना असतो, परंतु त्यापैकी बऱ्याचशा ज्ञानाची आपल्याला कल्पनाच नसते आणि आपल्या मनात त्याच्याविषयी जागृतीही झालेली नसते. आपण नेहमीच पुरेशा प्रमाणात प्रामाणिक नसल्यामुळे आपण त्या ज्ञानाला आपल्या जीवनातील कृतींमधून वाहण्याची मुभा देत नाही, म्हणजेच आपल्या कामात त्या ज्ञानाचा उपयोग करू शकत नाही. त्या ज्ञानाला प्रवाहित होण्याची मुभा देण्याइतका नैसर्गिकपणा आपल्याकडे नसतो. जर आपण आपल्या नैसर्गिक स्वत्वानुसार काम करू लागलो तरच आपल्या बरोबर, आपल्या अंतरंगात असलेल्या बुद्धत्वाच्या बीजाची आपल्याला जाणीव होईल. त्यानंतर प्रत्येक गोष्ट तेजानं चमकू लागेल, प्रकाशमान होईल. तुमच्या जाणिवेच्या गुणवत्तेत कमालीचं परिवर्तन घडून येईल आणि तुमच्या जाणिवेच्या गुणवत्तेत परिवर्तन झाल्यावर तुम्ही जीवनातील महान गोष्टींचा लाभ घेण्यास सज्ज व्हाल.

प्रामाणिक असणं म्हणजे आपल्या स्वत्वाच्या स्रोताकडे परत जाणं होय. ज्या वेळी तुम्ही स्रोताकडे परत जाता, त्या वेळी तुम्हाला एका

वेगळ्याच परमानंदाची आणि वेगळ्याच तृप्ततेची जाणीव होईल. भारतात नद्यांच्या उगमस्थानांना, स्रोतांना नेहमीच पवित्र मानलं गेलं आहे. ही गोष्ट हिंदू, बौद्ध या धर्मांत मानली जाते. सर्व प्रमुख धर्मांमध्ये किंवा इतर लहान पंथांमध्ये किंवा इतर मूर्तिपूजक धर्मांमध्येही हे मानलं जातं. नद्यांचं मूळ किंवा उगमस्थान हे महत्त्वाचं असतं. याचा खरा अर्थ असा आहे की, तुम्ही तुमच्या स्रोताकडे परतलं पाहिजे. तुमच्या अंतर्यामीची गंगा जिथून उगम पावते त्या तुमच्या अंतर्यामीच्या स्रोताकडे तुम्ही परत गेलं पाहिजे. हे अर्थातच एक रूपक आहे. याचा अर्थ तुमच्या मूळ अस्तित्वाकडे परत जा. तुमच्या स्वत्वाच्या प्रामाणिक स्रोताकडे परत जा. तिथेच मंदिर असतं. तिथेच तुमची जीवनशक्ती असते. तिथेच तुमचा अंतर्गत अग्नी असतो. तिथेच तुमची खरी, प्रामाणिक शक्ती असते

गतिशील होणं याचा अर्थ तुमच्या अंतर्गत प्रकाशाशी पुन्हा एकदा संलग्न होणं, जोडलं जाणं असा आहे. ज्या वेळी तुमच्या अंतर्गत प्रकाशाशी तुम्ही पुन्हा एकदा जोडले जाता, त्या वेळी तुम्हाला त्याच्या शक्तीची चमक जगात आणण्याची क्षमता प्राप्त होते. तुमच्या अस्तित्वाच्या ज्वाळेकडे परत जा. तोच तुमचा आत्मा आणि तुमचं सार आहे. तुमच्या अस्तित्वाच्या त्या ज्वाळेत सर्व नकारात्मकतांना जाळून भस्म करण्याची शक्ती आहे. त्यानंतर तुम्ही विशुद्ध होता. ऊर्जाभारित होता. तुमच्या अंतर्गत ऊर्जांच्या सगळ्या दिव्यत्वाचा शोध लागणं, तुमचं मूळ अस्तित्व प्रामाणिकपणे शक्तिशाली असल्याची जाणीव होणं याचा अर्थ तुम्ही जग जिंकण्यास तयार झालेले असता! ज्या वेळी तुम्ही खरोखरचे जे आहात त्या तुमच्या स्वरूपानुसार राहण्यासाठी तुम्ही स्वतःची संपूर्ण आणि प्रामाणिकपणे तयारी करून घेता त्या वेळीच हे घडतं. तुमचं हे स्वरूप सुंदर तर असतंच, पण त्याशिवाय हेच जीवनातील सर्व समृद्धीचं, वैपुल्याचं रहस्यही आहे.

प्रकरण ११

स्वतःच्या अनुभवांवर विश्वास ठेवा

***शिकवण :** फक्त ग्रांथिक स्वरूपाच्या किंवा पुरावा न देता दिलेल्या आग्रही सल्ल्यापेक्षा आपल्या अस्सल, प्रामाणिक अनुभवांवर विश्वास ठेवावा, अशी शिकवण बुद्धानं त्याच्या शिष्यांना दिली होती. आध्यात्मिकता, विज्ञान, व्यवसाय, कला, तंत्रज्ञान इत्यादींसारख्या कोणत्याही क्षेत्रातील उत्कृष्टता आणि सामान्यपणा यांमधील हाच खरा महत्त्वाचा फरक असतो. खरोखरचे पथदर्शक आणि असामान्य असे कोणत्याही क्षेत्रातील नेते कोणत्याही प्रस्थापित ज्ञानावर अवलंबून राहात नाहीत. ते नावीन्यपूर्ण विचारांच्या दिशेनं झेप घेतात. ते आपल्या स्वतःच्या मर्मदृष्टीवर अवलंबून राहून कृती करतात. खरे नेते स्वतः ही मर्मदृष्टी आत्मसात करतात आणि आपल्या टीमच्या मनावरही तिला बिंबवतात. अशा प्रकारे, ते स्वतःला आणि आपल्या टीमलाही समान प्रकारे सक्षम करतात. यातूनच एखादं नवीन, सर्जनशील, प्रगत गोष्टीचं कार्य आकाराला येतं आणि त्याचं ते नेतृत्व करतात.*

तुम्हाला स्वतःला येणारा अनुभव महत्त्वाचा असतो, हा बुद्धाच्या संपूर्ण शिकवणुकीचा पाया आहे. बुद्धाच्या महत्त्वाच्या तत्त्वांमध्ये 'विश्वास प्रणाली'चा

प्रश्नच उद्‌भवत नाही. 'विश्वास' हा अनेक प्रकारचा असू शकतो. आपलं ज्ञान, आपलं शिक्षण, आपली तत्त्वप्रणाली, आपला धर्म, आपलं राष्ट्रीयत्व अशा अनेक गोष्टींवर आपला विश्वास असू शकतो. परंतु, अंतिमतः सर्व विश्वास हे भ्रामक असतात. बुद्ध कोणालाही त्याच्या तपश्चर्येत, साधनेत किंवा कोणत्याही गोष्टीच्या पाठपुराव्यात आडमार्गांचा वापर करण्याची परवानगी देत नाही. तो तुमच्या स्वतःच्या अनुभवावर विश्वास ठेवण्यास सांगतो, कारण सत्य समजून घेण्याचा तो सर्वाधिक थेट मार्ग आहे.

यशाच्या आणि नेतृत्वाच्या दृष्टिकोनातून विचार करता, ही गोष्ट खरोखरच महत्त्वाची आहे. परंतु असं का असतं? मूलतः नेत्याच्या धारणा नवीन असल्या पाहिजेत. त्यांच्यावर विशिष्ट संकल्पनांचं किंवा विशिष्ट विचारसरणींचं, आदर्शवादांचं ओझं असू नये. परंतु आज याच्या विरुद्ध प्रकारची गोष्ट प्रचलित आहे. तुम्हाला जगातील नेत्यांमध्ये हे दिसून येईल. ते जुन्या विश्वास प्रणालींमध्ये इतक्या मोठ्या प्रमाणात गुंतलेले असतात की, नवीन विश्वास प्रणालीच्या दिशेनं जाण्यास ते समर्थ नसतात. ते सर्जनशील होऊ शकत नाहीत आणि नावीन्यपूर्ण कल्पनाही लढवू शकत नाहीत. सर्जनशीलतेनं काम करण्यासाठी आणि नावीन्यपूर्ण कल्पना लढवण्यासाठी तुमच्या जाणिवेतून आधी संपादित केलेल्या माहितीचा अडथळा पूर्णपणे दूर करून जाणिवेला त्या ओझ्यातून पूर्णपणे मुक्त करण्याची गरज असते. त्यानंतर तुमची जाणीव नवीन धारणा स्वीकारण्याच्या अवस्थेत येईल.

जगातील सर्व स्वतंत्र वृत्तीचे लोक, आपला मार्ग नव्यानं शोधणारे सगळे लोक आणि सगळ्यांना मार्गदर्शन करणारे नेते या सगळ्यांनी स्वतःला प्रस्थापित विचार-यंत्रणांच्या, धार्मिक परंपरांच्या दुराग्रहांच्या आणि तत्त्वप्रणालींच्या पिंजऱ्यातून मुक्त केलं होतं.

जीवनाच्या प्रत्येक पैलूला हे मूलभूत तत्त्व लागू होतं. व्यावसायिक जगातही तुम्ही हे पाहू शकता. सध्याचं युग हे व्यग्रतेचं युग आहे. तिथे कित्येक व्यवधानं आहेत. सध्याच्या काळातील व्यावसायिक जगात जुने नमुने काम करणार नाहीत. मग अशा वेळी नेत्यानं काय केलं पाहिजे? नेत्यांनी पहिल्यांदा भूतकालीन ज्ञान सोडून दिलं पाहिजे. हे पहिलं पाऊल आहे. फक्त त्यानंतरच नवीन गोष्टी, नवीन ज्ञान त्यांच्या मनात प्रवेश करू शकेल. फक्त तेव्हाच नवीन नेतृत्व अधिकाधिक प्रमाणात त्यांची भूमिका उचितपणे पार पाडू शकेल.

एक संस्कृती म्हणून आपण जसजशी प्रगती करत आहोत तसतसं खऱ्या अर्थानं फक्त अभिनव कल्पना लढवणारं, नवीन विचारांचा स्वीकार करणारं आणि सर्जनशील नेतृत्वच प्रभावी ठरत असल्याचं आपल्याला दिसून येत आहे. इलॉन मस्क किंवा स्टीव्ह जॉब्ज ही याची उदाहरणं आहेत. असे लोक प्रस्थापित दृष्टिकोनांच्या पलीकडे जाऊन विचार करतात. असे लोक फक्त त्यांच्या स्वतःच्या अनुभवावर आणि त्यांनी स्वतः केलेल्या परिस्थितीच्या मूल्यमापनावर विश्वास ठेवतात. हा त्यांच्याकडे असलेला मूलभूत आध्यात्मिक आधार आहे. ते विचारांच्या जीर्ण, जुनाट नमुन्यांच्या साहाय्यानं काम करत नाहीत. नवनिर्मितिक्षमता हे खरं ज्ञान असतं. माहितीचं संपादन करणं म्हणजे ज्ञान मिळवणं नाही. ज्ञान ही तुमच्या जाणिवेला शुद्ध, स्वच्छ ठेवण्याची आणि तिचा आवाका व्यापक ठेवण्याची क्षमता आहे. या क्षमतेमुळे ज्ञात माहितीच्या, गोष्टींच्या तुरुंगात जाणीव अडकून पडत नाही आणि अशी मुक्त जाणीव शक्तिशाली होते. जाणिवेत संकल्पनांना, लोकांना, स्फूर्तिदायक संघांना वगैरे गोष्टींना एकत्र जोडण्याची क्षमता असते.

म्हणून आकलन करून घेण्याचं, समजून घेण्याचं हेच मूळ आहे. हाच त्याचा मूलभूत मार्ग आहे. व्यक्तीची अनुभवाविषय़ीची समज महत्त्वाची असते. अनुभव कोणत्याही प्रकारचा असू शकतो. राजकारणातील व्यक्तीच्या दृष्टीनं समाजाविषयीची अचूक समज महत्त्वाची असते. नंतरच्या काळात एक नवीन मार्ग तयार करता यावा यासाठी परिस्थितींना आपल्या पद्धतीनं समजून घेण्यास सक्षम असलेला नेता राजकारणातील बुद्धिमान नेता असतो. म्हणूनच तो इतरांच्या तुलनेत पुढे जाण्यात आणि पथदर्शक होण्यात यशस्वी होतो.

लोकांना मार्गदर्शन करण्यासाठी आधी यशस्वी ठरलेल्या आणि काळाच्या कसोटीवर उतरलेल्या पूर्वीच्या मार्गांचाच वापर करण्याचा मोह नेत्यांना होतो, ही यातली समस्या आहे. परंतु आजच्या जगात तो मार्ग काम करत नाही. आपण कृत्रिम बुद्धिमत्तेच्या दिशेनं निघालो असताना प्रत्येक क्षेत्रात माणसांची गरज कमी होत चालली आहे. म्हणूनच बुद्धाच्या शिकवणुकी इतक्या महत्त्वाच्या ठरत आहेत, कारण तो मूलभूत जाणिवेविषयी आणि जाणिवेच्या गुणवत्तेविषयी भाष्य करतो. जर जाणीव ठीक असेल तर समोर असलेल्या मार्गावरून व्यक्ती करत असलेल्या प्रवासात कसलाही धोका नसतो. व्यक्ती यशाची शिखरं पादाक्रांत करू शकते. अधिक उंचावर चढण्यासाठी तुम्हाला ओझं फेकून देण्याची गरज असते. हाच बुद्धाचा मार्ग

आहे. तुम्ही मनावरचं ओझं उतरवलं नाहीत तर तुम्हाला कधीही पर्वताच्या माथ्यापर्यंत चढून जाताच येणार नाही.

तुमच्या शिक्षणाचा, तुमच्या प्रशिक्षणाचा एक भाग म्हणून असे तर्क तुम्हाला शिकवण्यात आलेले असतात. परंतु नेता म्हणून काम करताना तुम्हाला भूतकालीन तर्कांवर अतिरेकी प्रमाणात अवलंबून राहण्याची सवय दूर ठेवावी लागेल. मुळातच प्रशिक्षण हा शब्दच बुद्धानं ज्या गोष्टीचा उपदेश केला आहे त्याच्या विरुद्ध अर्थाचा आहे. कोणत्याही प्रमाणातील प्रशिक्षणातून व्यक्तीला अंतर्दृष्टी प्राप्त होत नाही आणि अंतर्दृष्टी हाच नेतृत्वाचा खरा गुणधर्म असतो. ज्या नेत्याकडे गोष्टींकडे पाहण्याची अशी सखोल समज, गहन अंतर्दृष्टी असते, तोच एक चांगला नेता असतो. असा नेता ज्या कशाला स्पर्श करतो, तिला नवीन दृष्टिकोन मिळवून होतो. ती नेतृत्वाची दृष्टी असते. त्या दृष्टिकोनात तुमच्यातील कोणतीतरी मूळ गोष्ट अंतर्भूत असते. अशी एखादी मूळ गोष्ट किंवा दृष्टिकोन तुमच्या नवीन दृष्टिकोनात समाविष्ट करण्यासाठी तुमच्याकडे स्वतःचा अनुभव असावा लागतो. तुमच्याकडे आधीच संपादित करण्यात आलेली 'समज' असून चालत नाही. म्हणून तुमच्या जाणिवेची गुणवत्ता महत्त्वाची असते.

तुमच्या परिस्थितींचा स्वतःच्या दृष्टिकोनातून विचार करा, तुमच्या विचारांमध्ये तुमच्या स्वतःच्या दृष्टिकोनांचा प्रकाश पडला पाहिजे. या नवीन दृष्टीनं त्या परिस्थिती नेमक्या काय आहेत ते पहा. त्यानंतर तुम्हाला गतिशीलतेची क्षमता प्राप्त होते. तुम्ही मनानं मृदू आणि लवचीक होता. मनाचा मृदूपणा आणि लवचीकता यांमुळे तुमच्यामध्ये समस्या सोडवणुकीची वाढती क्षमता निर्माण होते.

तुमचा दृष्टिकोन असाच असला पाहिजे. तुमच्याकडे जर वस्तूंविषयीच्या अंतर्दृष्टी नसतील तर तुम्ही खऱ्या अर्थानं इतरांचं नेतृत्व करू शकत नाही किंवा त्यांना मदतही करू शकत नाही आणि तुम्ही सातत्यानं वाहून नेत असलेलं तुमचं मानसिक ओझं तुम्ही नष्ट केल्याशिवाय तुम्हाला खरी सखोल अंतर्दृष्टीही प्राप्त होत नाही. अशी अंतर्दृष्टी प्राप्त झाल्यानंतरच तुमचं मन ताजंतवानं होतं. त्याचं नूतनीकरण होतं.

झेन बौद्ध धर्मात 'ताज्या' मनाची, 'नवीन' मनाची, 'प्राथमिक अवस्थेतील साधका'च्या मनाची संकल्पना आहे. हे मन अतिशय ताजंतवानं असतं. एखाद्या गोष्टीचं त्याला झटपट आकलन होतं आणि ते तिला तितक्याच

तातडीनं प्रतिसादही देतं. ते परिस्थितीला अत्यंत झपाट्यानं आणि अत्यंत सखोलपणे समजून घेतं. त्यामुळे या मनाकडे एखादी नवीन, सर्जनशील गोष्ट शोधण्याची, समस्या सोडवण्याची किंवा नावीन्यपूर्ण उत्पादनाची निर्मिती करण्याची वगैरे क्षमता येतात. ॲपल इंकमधील सौंदर्यशास्त्राचा संपूर्ण पाया हा बौद्ध शिकवणुकीवर आणि विशेषतः जपानमध्ये झेन तत्त्वज्ञानात समाविष्ट असलेल्या बौद्ध शिकवणुकीवर आधारित आहे. स्टीव्ह जॉब्ज हा झेन सौंदर्यशास्त्रानं आणि तत्त्वज्ञानानं अत्यंत भारला गेला होता. त्यामुळे या तत्त्वज्ञानातील चारित्र्यातील साधेपणा, चैतन्य, उत्साह, ताजेपणा या गोष्टी त्याने ॲपल इंकमध्ये आणल्या. ॲपल इंक ही अत्यंत यशस्वी सार्वकालिक कंपन्यांपैकी एक आहे. त्याप्रमाणेच स्टीव्ह जॉब्ज हासुद्धा सर्वाधिक क्रांतिकारक असा सार्वकालिक नेता आहे. परंतु ज्या व्यक्तीनं तंत्रज्ञानाच्या क्षेत्रात आणि प्रक्रियेत कायापालट घडवून आणला त्याने या प्रक्रियेत, सर्जनशील नेतृत्व म्हणजे काय याचं एक महान उदाहरणही लोकांसमोर ठेवलं.

म्हणून ॲपल हे व्यावसायिक जगात झेन बौद्ध धर्माचं तत्त्वज्ञान व्यवहार्य कृतीत कसं उतरवलं जातं याचं मोठंच आदर्श उदाहरण आहे. इतरही अनेकांनी या तत्त्वज्ञानाचा वापर केला आहे. गूगलची लोकोपकारी शाखा असलेल्या गूगलडॉट ऑर्गच्या लॅरी ब्रिलियंट या प्रमुखाला भारतीय गूढवाद आणि आध्यात्मिकता यांमध्ये कमालीची रुची होती. तिच्यातूनच लोकांच्या जीवनांमध्ये सेवेच्या माध्यमातून कायापालट घडवून आणण्याचा विचार त्याने केला. त्याच्या या विचारातून सेवा फाउंडेशन आणि इतर संघटनांचा जन्म झाला.

अर्गोमध्येही झेन बौद्ध धर्माच्या तत्त्वज्ञानाचा व्यवहार्य उपयोग केल्याचं दिसून येतं. उत्पादनांमध्ये नावीन्य आणण्यासाठी, तंत्रज्ञानाच्या नेतृत्वासाठी किंवा व्यावसायिक लोकोपकारी कामांचं नेतृत्व करण्यासाठी अशा अनेक प्रकारच्या गोष्टींसाठी झेन तत्त्वज्ञान उपयुक्त ठरतं. अनेक जणांनी व्यावसायिक नैपुण्य आणि नेतृत्व यांचा मेळ साधलाच; पण त्याबरोबरच एखाद्या ताज्या, प्रसन्न, नवीन गोष्टीच्या निर्मितीची क्षमताही विकसित केली. बऱ्याच वेळा या सगळ्याच्या मुळाशी मोठ्या प्रमाणात बुद्धाच्या महान, विलक्षण अंतर्दृष्टी होत्या.

प्रकरण १२

तुमची इच्छा काय आहे ते महत्त्वाचं नसतं, तुम्ही कसे जगता ते महत्त्वाचं असतं

शिकवण : *अहंकारयुक्त इच्छांमध्ये गुंतवण्यात आलेल्या ऊर्जेला आध्यात्मिक गुणवत्तेच्या निर्मितीकडे किंवा तुमच्या स्वत्वातील ध्यानस्थ मनोभावाकडे वळवून तुमच्या ऊर्जांमध्ये परिवर्तन घडवून आणा. यामुळे तुमच्यामध्ये मानसिक शांततेची, मनापासूनच्या आनंदाची आणि एक नेता म्हणून तुमच्या स्वतःच्या क्षेत्रात मूल्यनिर्मितीची व समृद्धीची किंवा वैपुल्यनिर्मितीची क्षमता निर्माण होते.*

जीवनातील प्रत्येक क्षण हा कृपेनं, जाणिवेनं, परमानंदानं आणि उत्साहानं भरलेला आणि म्हणून प्रकाशमान व्हावा, अशी गुणवत्ता जीवनात निर्माण करावी, यावर बुद्धाचा संपूर्ण कटाक्ष होता. फक्त स्वतःसाठीच नव्हे, तर इतरांसाठीसुद्धा हे घडलं पाहिजे, घडवता आलं आलं पाहिजे. अखेरीस आपल्या संपूर्ण परिसंस्थेत समाधान निर्माण व्हावं अशा पद्धतीनं जीवनातील प्रत्येक क्षणी जगणं हेच बोधिसत्त्वाच्या संकल्पनेचं सार आहे. नेतृत्वाचाही हाच अर्थ नसतो का? अशाच क्षणांची स्वतःसाठी आणि इतरांसाठीही निर्मिती करणं म्हणजेच नेतृत्व होय. ही गोष्टच अत्युच्च गुणवत्तेच्या जीवनाकडे नेते. अस्तित्वातील 'प्रकाश' आणि अखेरीस सर्वांसाठी जगण्याकरिता आवश्यक असलेली अधिक महान समृद्धी हे अत्युच्च गुणवत्तेचं जीवन असतं.

ही गोष्ट फक्त वैयक्तिक उत्कट इच्छांविषयीची नाही. खरं तर, उत्कट इच्छा, वासना याच सर्वाधिक हानिकारक असतात याकडे बुद्ध सातत्यानं निर्देश करतो. उत्कट इच्छांमध्ये, वासनांमध्ये त्या क्षणातील जीवनाची गुणवत्ता नष्ट करण्याचं सामर्थ्य असतं. आता, उत्कट इच्छा निर्माण होणं ही चुकीची गोष्ट नसते. परंतु, या इच्छांविषयीची आपली आसक्ती आपल्याला आपल्या मुळांपासून तोडते, दूरवर नेते. म्हणून बुद्धाचा दृष्टिकोन हा अंतर्गत परिवर्तनासाठी आवश्यक असलेला परिसस्पर्श आहे. तुम्हाला अंतर्यामी खूप खोलवर समद्ध व्हावं लागतं. तुमच्या अंतर्यामीच्या जीवनाला यशस्वी करा. त्यानंतर तुमचं नेतृत्वाचं स्थानही तुम्ही खूपच अधिक प्रमाणात भक्कम कराल आणि नेता म्हणून यशस्वी होऊ शकाल. ही गोष्ट अहंकाराला सुखावण्यासाठी करू नका, तर तुम्ही नेतृत्व करत असलेल्या प्रत्येकाच्या जगण्याची गुणवत्ता वाढावी, जगणं ही त्यांना ईश्वरी कृपा किंवा अनुग्रह वाटावी यासाठी करा. त्याकरिता अत्यंत खुल्या मनाची आवश्यकता असते. यासाठी अधिकाधिक उत्कट इच्छांच्या तुरुंगात न अडकलेल्या मनाची गरज असते. यासाठी आपल्यावरचं ओझं आणि ढोंगीपणा फेकून दिलेल्या मनाची गरज असते, इच्छांच्या, वासनांच्या सातत्यपूर्ण चक्रामुळे फसगत करून न घेणाऱ्या मनाची गरज असते. त्याऐवजी या मनानं अहंकाराच्या समस्या, चिंता यांसारख्या अनावश्यक गोष्टी फेकून दिलेल्या असतात आणि त्यामुळे असं मन जीवनाच्या दिशेला पूर्णपणे खुलं झालेलं असतं. खुलेपणाच्या या गुणधर्मामुळे आपल्या मानवी क्षमता प्रत्यक्षात येतात, साकार होतात.

बुद्धाच्या काळात, त्याच्या संघात सहभागी होणं याचा अर्थ त्या व्यक्तीचा पुनर्जन्म होणं असं मानलं जात होतं. तिथे व्यक्तीच्या अंतर्यामाचा कायापालट घडवून आणला जात होता. व्यक्तीचं आतूनच संपूर्ण नूतनीकरण करणं, तिला नव्यानं जन्म देणं, तिच्या आयुष्याची नव्यानं सुरुवात करणं यांकरिता तुमच्या भावी उद्दिष्टांपेक्षाही तुमचा जगण्याचा मार्ग महत्त्वाचा ठरतो. हीच गोष्ट नेतृत्वाच्या बाबतीतही लागू पडते. फक्त उद्दिष्टपूर्ती करणं यापेक्षाही चांगल्या प्रकारे नेतृत्व करणं हे उद्दिष्ट असलं पाहिजे. जर नेतृत्व आणि टीमची नीतिमूल्यं या दोन्ही गोष्ट भक्कम, शक्तिशाली असतील तर हे आपोआपच घडून येतं. नेतृत्वाच्या पदाची इच्छा बाळगणं आणि ती प्राप्त करून घेणं आणि परिणामांची, फळाची इच्छा धरणं या गोष्टी सगळ्यात महत्त्वाच्या गोष्टी नसतात. तुम्ही नेता म्हणून काय करता आणि कोणत्या

प्रकारे तुमची भूमिका पार पाडता, या गोष्टी महत्त्वाच्या असतात. यामुळे कायापालट घडून येतो. कृष्णाच्या कर्मयोगातूनही हीच शिकवण देण्यात आल्याचं दिसून येतं. महाभारत या महान भारतीय महाकाव्यात कृष्ण रणभूमीवर अर्जुनाला गीता सांगतो आणि त्या वेळी तो त्याला ही शिकवण देतो. तो त्याला सांगतो की, आपलं काम चोख करणं, आपल्याला शक्य तितक्या उत्तम प्रकारे आपली प्रत्येक भूमिका पार पाडणं, आपल्या धर्माचं पालन करणं महत्त्वाचं असतं. त्यानंतर आपोआपच फलितं प्राप्त होतात. फळाविषयी आसक्ती बाळगण्याची काहीच आवश्यकता नसते. कर्म कर, फळाची इच्छा बाळगू नकोस, अशी तो अर्जुनाला शिकवण देतो. म्हणून नेतृत्वाच्या कायापालटाची गुणवत्ता आणि फळाची इच्छा न बाळगण्याची वृत्ती यातूनच एक तेजस्वी आणि अत्यंत शक्तीशाली नेतृत्व जन्माला येतं.

तुम्ही अस्तित्वात असलेल्या प्रत्येक क्षणात आशावादाची निर्मिती करणं हे याचं अंतिम उद्दिष्ट आहे. जर तुम्ही या आशावादाची निर्मिती करू शकलात तरच तुम्ही नेतृत्व करत असलेले लोकही आशावादी होतील. आशावादी होण्यासाठी मनाचा, हृदयाचा ताजेपणा आवश्यक असतो आणि मनात आशा असण्याचीही आवश्यकता असते. आशावादी असणं याचा अर्थ मनोराज्यात दंग होणं असा नाही. ज्या परिस्थितीत तुमचं अंतर्यामीचं किंवा अंतर्गत अस्तित्व हे शांत अंतर्गत आत्मविश्वासानं उजळून निघतं अशा परिस्थितीची निर्मिती करणं असा त्याचा अर्थ आहे. तिथे ते आपल्या स्वतःच्या जाणिवेचा उत्सव साजरा करू शकतं. तिथे ते भावी फलितांवर अवलंबून नसतं. आता पुन्हा एकदा कुरुक्षेत्राच्या रणभूमीवर कृष्णानं भगवत् गीतेतून अर्जुनाला दिलेलाच हा संदेश आहे. महाभारत या महाकाव्याचा हाच खरा गाभा आहे आणि एका अर्थानं त्याच्यात नेतृत्वाकडे पाहण्याच्या भारतीय दृष्टिकोनाचा सारांशही देण्यात आला आहे. बौद्ध आणि हिंदू धर्मांतील हे सामाईक ज्ञान आहे. तुम्ही रणांगणावर कसे लढता, तुमचं जीवन तुम्ही कसे जगता, तुम्ही कशा प्रकारे प्रतिसाद आणि प्रतिक्रिया देता, यांतूनच तुमच्यामध्ये उत्स्फूर्तपणे नेतृत्वाच्या क्षमतेची निर्मिती होते आणि ती प्रवाहित होऊ लागते हे यामागचं तत्त्व आहे. त्यानंतर लोकांना आपोआपच तुमच्यामुळे प्रेरणा मिळते.

म्हणून एक स्फूर्तिदायक नेता होणं याचा अर्थ इच्छा-वासनांकडून तुमची ऊर्जा जाणिवेच्या गुणवत्तेकडे वळवणं असा आहे. ही ऊर्जा तीच

असते. एक तर मन इच्छाचक्राच्या किंवा वासनाचक्राच्या सातत्यपूर्ण चक्रात गुंतून पडतं किंवा क्षणोक्षणी सजग, जागृत मन असलेल्या अवस्थेतून तुम्ही जगू लागता. मनाकडे साध्या गोष्टींचा आनंद घेण्याची क्षमता असली पाहिजे. साधेपणातून स्पष्टतेचा जन्म होतो आणि स्पष्टता हा खरोखरच्या महान नेतृत्वाचा सर्वाधिक महत्त्वपूर्ण सद्गुण असतो किंवा मूल्य असतं. तुम्ही स्वच्छ, विशुद्ध कसे काय होऊ शकता? तुमच्या अंतर्भागात, अंतरात इच्छांच्या तुरुंगात न अडकलेलं एक मुक्त अवकाश असावंच लागतं. हे अवकाश मूक, स्थिर आणि शांत असतं. ते निष्क्रिय आणि तटस्थ असतं. तिथे नवीन गोष्टी घडू देण्याची त्याची तयारी असते. निर्मितिक्षम नेतृत्वाचा हाच पाया आहे.

तुमच्या कामात तुम्ही इतक्या स्थिरचित्ततेनं गुंतलं पाहिजे की, त्याच्यातून कोणतंही फलित मिळालं तरी तुम्ही विचलित होता कामा नये. एक नेता म्हणून तुमचे प्रयत्न असे असले पाहिजेत हे समजणं आणि उमजणं या गोष्टी इथे महत्त्वाच्या असतात. भविष्यातील फळाच्या विचारानं तुमचं सखोल अंतर्यामीचं आकलन ढवळून निघतं, विस्कळीत होतं.

आपण जे काही करत असू त्याच्यात आपण सातत्यानं अधिकाधिक चांगलं काम करत राहिलंच पाहिजे ही गोष्ट आपल्या मनात सतत घुसडत असलेल्या युगात आपण राहत आहोत. परंतु, तुम्ही थोडंसं थबकून एक पाऊल मागे गेलात तर तुमच्या लक्षात येईल की, भौतिक गोष्टींची अधिकाधिक चांगल्या प्रकारे अंमलबजावणी करण्याची क्षमता असणं हीच फक्त महत्त्वाची गोष्ट नाही. खरं म्हणजे तुमच्याकडे आपल्या कामातून, कार्यातून मानवी जीवनांना स्पर्श करण्याची क्षमता असणं, तुमच्या नातेसंबंधाच्या गुणवत्तेचा आणि तुमच्याशी असलेल्या तुमच्या नात्याचाही अनुभव घेण्यास तुम्ही सक्षम असणं या गोष्टी त्यापेक्षाही अधिक महत्त्वाच्या असतात.

मनुष्य ही एखादी 'वस्तू' किंवा 'प्रक्रिया' नाही. आपण नैसर्गिक संपूर्णत्व आहोत. बुद्धाच्या विचारांनुसार, आपण जे कोणी आहोत असा आपण विचार करतो, त्याहून आपण खूपच अधिक कोणीतरी आहोत. परंतु, आपलं मन आपल्याला हव्या असलेल्या गोष्टींविषयीच्या आसक्तीनं भरून जातं आणि त्यामुळे वर्तमान क्षणात संपूर्ण ऊर्जेसह आपण काम करत नाही. त्यामुळे आपल्या समोर आपण अडथळे निर्माण करतो. गतिशीलता आणि मानवी उत्कृष्टता किंवा नैपुण्य याचा अर्थ तुम्ही सध्या ज्या वर्तमान

क्षणात असता त्या क्षणी तुमच्या संपूर्ण ऊर्जेसह काम करणं असा आहे. यामुळे भविष्यात आपोआपच अधिक चांगली फळं मिळतात. म्हणून यशाचा पाठपुरावा करणाऱ्या प्रत्येक नेत्याचं आणि प्रत्येक व्यक्तीचं हे तत्त्व असलंच पाहिजे. आपली स्वतःची जीवनं आणि आपल्या नेतृत्वाची गुणवत्ता या दोन्ही गोष्टींचा विकास करण्यासाठी त्या प्रत्येकानं या तत्त्वाविषयी आदर बाळगलाच पाहिजे आणि त्या तत्त्वांना पूर्णपणे समजूनही घेतलंच पाहिजे.

प्रकरण १३

आनंदात रहा

शिकवण : *बौद्ध धर्माच्या अत्यंत प्राचीन विचारसरणीत, ब्रह्मांडीय पायाचं किंवा वैश्विक मुशीचं पायाभूत स्वरूप हेच व्यक्तीचं खरं अस्तित्व असल्याचं मानलं गेलं आहे. विशुद्ध आनंद, उल्हासमय प्रसन्नता, परमानंद हेच ब्रह्मांडीय पायाचं मूलभूत स्वरूप किंवा प्रकृती आहे असं सांगितलं जातं. त्यामुळे असा विशुद्ध आनंद, परमानंद हेच व्यक्तीचं खरं अस्तित्व किंवा स्व-रूप आहे असं सांगण्यात आलं आहे. तुमच्या अंतर्यामी असलेल्या निखळ, विशुद्ध परमानंदाच्या मनोभावाची (वाइब्जची) जाणीव करून घ्या. हेच खरोखरचं आणि थेट ध्यान असतं. याच ध्यानाची खरोखरच आवश्यकता असते. या ध्यानाकरिता ठरावीक आसनात बसण्याची वगैरे गरज नाही. याचा संबंध फक्त अंतर्यामीच्या मनोभावाचा, आनंदमय चैतन्याचा अनुभव घेण्याशी आहे. त्याच्या साहाय्यानं तुमच्या सगळ्या भौतिक नेतृत्वाच्या भूमिकांमध्ये तुम्ही परमानंदाच्या गुणवत्तेचं साकारीकरण करण्यास सक्षम होता. याच एका गुणधर्मामुळे सगळ्या गोष्टी अर्थपूर्ण होतात. तुम्हाला आनंदच मिळत नसेल तर कुठल्याही गोष्टीला काय अर्थ असतो? हेतूनं प्रेरित झालेलं नेतृत्व परमानंद प्राप्त करून देतं. यासाठी बौद्ध*

ज्ञानाचे प्रतिध्वनी उमटत असलेल्या नेतृत्वाच्या नवीन नमुन्याची आवश्यकता आहे.

आनंदातून खरी गतिमानता येते. गौतम बुद्धाच्या संपूर्ण शिकवणुकीचा हा अतिशय महत्त्वाचा भाग आहे. (त्याच्या प्रमुख प्रिय शिष्यांपैकी एकाचं नावही आनंद होतं आणि तो त्याचा वैयक्तिक साहाय्यक होता.) अखेरीस, जीवन ही आनंदी कसं राहावं हे जाणून घेण्याची कला आहे. विशेषतः एका नेत्याला या सद्गुणाची, या मूल्याची मोठीच आवश्यकता असते. म्हणून आपल्याला आनंदाचा नेमका पाया समजून घेण्याची आणि त्यावर सखोल चिंतन करण्याची गरज आहे. आनंद हे सर्व गोष्टींचं नियमन करणारं वैश्विक तत्त्व आहे आणि नेत्यांनी ही गोष्ट समजून घेणं ही खरोखरच अतिशय समर्पक गोष्ट आहे.

सर्व सकारात्मकता, सर्व आशा, अधिक उच्च आणि अधिक व्यापक कार्यं यशस्वीपणे पार पाडण्याची क्षमता या सगळ्या गोष्टी अंतर्गत आनंदाच्या गुणात्मकतेतूनच येतात. परिस्थिती कशाही असल्या तरी नेत्यानं त्याच्या लोकांमध्ये हा गुणधर्म बिंबवला पाहिजे. पहिल्यांदा वैयक्तिक पातळीवर आणि नंतर सामुदायिक पातळीवर जितका आनंद मिळवणं शक्य असेल तितका तो मिळवणं आणि शक्य तितक्या प्रमाणात मनात आनंदाखेरीज इतर कोणत्याही गोष्टीला थारा न देणं, आनंदाच्या मार्गातील सर्व अडथळे दूर करणं हा उत्तम प्रकारे जीवन जगण्याचा एकमेव मार्ग आहे. आनंद हा अंतःकरणाचा, हृदयाचा गुणधर्म आहे, परंतु तो मनात प्रचंड धैर्याची निर्मिती करतो आणि त्याच्या साहाय्यानं ज्ञानप्राप्ती करून देतो. अन्यथा, आपण फक्त दुःखातच राहू. लोकांशी जोडलं जाणं, त्यांच्याशी सुसंवाद साधणं ही गोष्ट नेत्याच्या दृष्टीनं अत्यंत महत्त्वाची असते हे आपल्याला माहीत आहेच; परंतु लोकांशी सुसंवाद साधण्यासाठी, त्यांच्याशी सूर जुळण्यासाठी नेत्याच्या मनात गाढ आनंदाची भावना असली पाहिजे. इतरांना भेटण्यात आणि इतरांपर्यंत पोहोचण्यात त्याला गाढ आनंद झाला पाहिजे. चांगल्या नेतृत्वाचा हाच मूलभूत पाया आहे. अन्यथा, आपण लोकांमध्ये मिसळून जाणार नाही, त्यांच्यापासून दूर राहू. बहुतेक लोकांच्या मनात पुरेसा आनंद नसतो, म्हणून ते पुरेशा प्रभावी पद्धतीनं एकमेकांशी जोडले जात नाहीत आणि लोकांपर्यंत पोहोचू शकत नाहीत.

म्हणून संवादाची, संपर्क साधण्याची कला अवगत होण्यासाठी आपल्या अंतर्यामी आनंद असला पाहिजे. फक्त तेव्हाच आपल्याला इतरांशी गोष्टी वाटून घ्याव्यात असं वाटेल. आनंद म्हणजे काय? बुद्धाच्या मते, आनंद हा जन्मजात प्राप्त झालेला अंगभूत गुणधर्म आहे. तो कोणत्याही गोष्टींमधून मिळत नाही. तो कोणत्याही वस्तूंमधून मिळत नाही. तो तुमच्या आत, तुमच्या अंतर्यामी असलेला स्वयंप्रकाशी गुणधर्म असतो. ती बाह्य भागातून निर्माण झालेली प्रेरणा नाही. खरोखरच्या गूढ अवस्थेचा तो पहिला अनुभव असतो. आनंदातून अनुग्रह, कृपा प्रतीत होते. त्याच्यातून सकारात्मकता आणि ताकद दिसून येते. आनंदी व्यक्ती ही इतरांसाठी चुंबकासारखी असते, कारण इतरांना जो गुणधर्म आपल्याकडे असावा असं उत्कटपणे वाटत असतं तो गुणधर्म तिच्याकडे असतो. तिच्याकडे आनंद असतो. अस्तित्वात असलेला प्रत्येक जीव आपापल्या पद्धतीनं आनंदाचा शोध घेत असतो. म्हणून ज्या नेत्याला पुढे जाण्याची, अग्रेसर होण्याची इच्छा असेल, लोकांनी आपलं अनुसरण करावं असं वाटत असेल त्याने त्याच्या कामातून आनंदाची अभिव्यक्ती करण्याची गरज असते. तो कृत्रिम पद्धतीनं व्यक्त करून चालत नाही, तर त्याच्या किंवा तिच्या रंध्रा-रंध्रांतून तो नैसर्गिकपणे बाहेर पडला पाहिजे.

कामाच्या संदर्भात विचार करता, तुम्ही जे काम करत असाल ते उत्साहानं करणं, ते करण्याची उत्कट इच्छा असणं ही गोष्टही आनंदातूनच येते. आनंद नसेल तर कामाविषयी आंतरिक प्रेम नसतं. प्रेमाशिवाय काम केलं जात असेल तर अशा वेळी कामात उत्कट ऊर्जा गुंतवली जात नाही. म्हणून ही गोष्ट लक्षात ठेवणं सोपं असल्यासारखं वाटत असलं तरी बहुधा आधुनिक काळातील नेतृत्वात याच गोष्टीची सर्वाधिक उणीव आहे. तुमच्या स्वत्वात तुम्ही जितक्या आनंदाची रुजवणूक करू शकता, तितक्या आनंदाची रुजवणूक करणं पूर्णपणे चैतन्यशील राहण्याची क्षमता प्राप्त करून घेणं या गोष्टीचा या नेतृत्वात अभाव असल्याचं दिसतं. ज्या वेळी अंतर्यामीच्या आनंदाची पूर्ण जाणीव होते त्याच वेळी तुमच्या व्यक्तित्वातून आनंदी मनोभाव निर्माण होण्यास प्रारंभ होतो आणि तुमच्याकडे लोक आकर्षित होऊ लागतात.

बुद्ध नेहमीच असं म्हणतो की, आपली जाणीवच आपल्या अस्तित्वाच्या अवस्थेची निर्मिती करते. जर आपल्या जाणिवेनं आपण निराश

असल्याचं सूचित केलं तर आपण अधिक प्रमाणात निराश होतो. दुसरीकडे तुम्ही जर स्वतःला अशी सूचना दिली की, तुमच्याकडे महान आनंदाच्या प्राप्तीची क्षमता आहे, तर तुमच्या मनात ही भावना अधिकाधिक प्रमाणात निर्माण होऊ लागेल. तुमच्या अस्तित्वात खोलवर असलेले आनंदाचे झरे खुले होतील. मग अत्यंत मोठी कामं पार पाडण्यास तुम्ही अधिक प्रमाणात सक्षम झाल्याचं तुम्हाला दिसून येईल.

प्रत्येक जीवाच्या अंतर्यामी असा अमर्याद आनंदाचा झरा असतो. परंतु, फक्त अल्प लोकच त्यांच्या विचाराच्या आणि कृतीच्या माध्यमातून त्यांला बाहेरच्या जगात प्रसारित करू शकतात. आपल्याकडे असलेल्या गोष्टींविषयी मनात कृतज्ञता बाळगण्यासाठी नकारात्मक गोष्टीच लक्षात ठेवण्याची आपली सवय आपल्याला बदलावीच लागते. कृतज्ञतेच्या माध्यमातून मोठाच आनंद निर्माण होतो. तुम्ही ज्या स्थितीत असाल त्याविषयी कृतज्ञता बाळगा. तुम्ही ज्या सगळ्या गोष्टी मिळवू शकता त्याबद्दल कृतज्ञ रहा. तुम्ही गमावलेल्या सगळ्या गोष्टींच्या विचारात अडकून पडू नका. अशा प्रकारे तुम्ही अधिकाधिक प्रमाणात असामान्य होऊ लागाल. लोकांना चांगल्या नेत्यामध्ये चैतन्यशीलता हवी असते. त्याच्याकडे जिवंत ऊर्जेची आणि अंतर्गत एकात्मतेची जाणीव असावी लागते. परंतु ज्या वेळी व्यक्तीला आनंदाची जाणीव होते, फक्त त्याच वेळी या सगळ्या गोष्टी आपोआपच निर्माण होतात.

आधुनिक काळातील समाज मनोविश्लेषणाला अतिशय महत्त्व देत आहे. आपल्याला आनंद आणि सुख, परमानंद मिळवायचा असेल तर त्यासाठी आपल्याला मनोविश्लेषण करून घ्यावंच लागेल असं आपण समजतो. परंतु नैराश्य हा मानसिक आजार असला आणि त्याच्यावर दवाखान्यात उपचार करण्यात येत असले तरी तुम्हाला या बाबतीतही असं दिसून येईल की, निराश लोकांपैकी बहुसंख्य लोकांकडे आनंदी कसं राहावं याची निवड करण्याची संधी असते. बहुतांश लोकांनी दुःखी राहण्याची निवड केल्यामुळेच ते दुःखात असतात. त्यांना जितक्या प्रमाणात स्वतःच्या अस्तित्वाचा आनंद घेणं शक्य असतं, तितक्या प्रमाणात ते तो घेत नाहीत आणि म्हणूनच त्यांच्या अंगभूत शक्तीचा ते वापर करून घेत नाहीत. आपल्या अंतर्यामी हालचाल करत असलेली एक खरीखुरी गोष्ट म्हणून तुम्हाला ऊर्जेची जाणीव करून घ्यावीच लागेल. त्यानंतर लगेच

तुम्ही निश्चिंत व्हाल. परंतु त्याच वेळी तुम्ही अधिकाधिक उत्साहानं आणि चैतन्यशीलपणे काम कराल. लोकांना तुमच्या मनातील ऊर्जेची जाणीव होईल.

आनंदाच्या प्राप्तीनंतर तुमच्या बोलण्याच्या, चालण्याच्या, हस्तांदोलन करण्याच्या पद्धतीत आणि इतर अनेक बाबतींत तुमच्यात बदल होईल. सगळ्या मौखिक आणि सांकेतिक अभिव्यक्तीतून तुम्ही किती महान नेता आहात ते दिसून येतं. नेता आणि आपल्या समुदायासमोर किंवा समाजासमोर उदाहरण घालून देणारी आदर्श व्यक्ती म्हणून समोर येण्याकरिता तुमच्या मनात आनंद असावाच लागतो. त्या दृष्टीनं आनंद हा आपलं यश निर्धारित करणारा निर्णायक घटक असतो. म्हणून तुम्हाला सकारात्मक नेता होण्याची इच्छा असेल तर तुम्ही आनंदाचा गुणधर्म प्राप्त करून घेतलाच पाहिजे. तुम्ही चिंतांमध्ये गुंतून पडता कामा नये. नकारात्मकतांमधून स्वतःची सुटका करून घ्या. एकदा तुम्ही त्यांच्यातून मुक्त झालात की, तुम्हाला आनंदातून आलेल्या स्पष्टतेच्या साहाय्यानं अधिकाधिक सामर्थ्यशाली होण्यापासून कुठलीही गोष्ट किंवा कोणीही रोखू शकत नाही.

आनंदामुळे तुम्हाला मोठीच मानसिक स्पष्टता प्राप्त होते. तुमचं अंतर्गत केंद्र अनंतापर्यंत खुलं होऊ लागतं. अन्यथा, तुमचं ते केंद्र तसंच बंद अवस्थेत राहतं. चिंता तुम्हालाही जखडून टाकतात. अधिक चांगल्या शक्यतांना तुम्ही सामोरे जात नाही. त्या बाबतीत तुम्ही स्वतःला मिटून टाकता. लोकांच्या देहबोलीतून तुम्हाला हे दिसून येतं. चिंतेत बुडालेले लोक स्वतःला इतरांसमोर मिटून टाकतात, ते दबून वागतात. नमतं घेतल्यासारखे बसून राहतात. फक्त आनंदी माणूसच नैसर्गिक खुलेपणात राहू शकतो. सांकेतिक संपर्काच्या वेळी आनंदी लोक अतिशय जबरदस्त खुलेपणा दाखवून देतात. जणूकाही ते संपूर्ण जगाला मिठीत घेण्यास, स्वीकारण्यास तयार असतात. अस्तित्वाचा हा नैसर्गिक खुलेपणा लोकांना आकर्षित करतो. यामुळे तुमच्यातील आत्मविश्वासाचं नूतनीकरण होतं, तो अधिक शक्तिशाली आणि प्रभावी होतो आणि हा आत्मविश्वास न बोलताच, सांकेतिक स्वरूपात इतरांपर्यंत पोहोचतो. एक व्यक्ती म्हणून लोक तुमच्यावर अधिक विश्वास ठेवू लागतात.

आनंद ही व्यक्तीकडे असलेली अंगभूत गोष्ट आहे. तिची तुमच्यात रुजवणूक करणं शक्य असलं तरी ती विकत घेता येत नाही. ते ध्यानाचं

सर्वोच्च स्वरूप आहे. सत्-चित्-आनंद हा प्राचीन भारतीय आध्यात्मिक मंत्र आहे. याचा अर्थ सत्य-जाणीव-आनंद असा आहे. गूढ आध्यात्मिक दृष्टिकोनानुसार, आनंद प्राप्त करून घेणं हे माणसाचं, विश्वाचं, समग्र मानवतेचं अशा सर्वच गोष्टींचं अंतिम उद्दिष्ट असतं. तेच आपलं लक्ष्यही असलं पाहिजे. त्यानंतर कुठलीही घडणारी गोष्ट अतिशय सहजपणे हाताळणं शक्य असतं. अन्यथा अतिशय लहान, लहान गोष्टींनी आपण निराश आणि चिंताग्रस्त होतो.

म्हणून तुमच्या जाणिवेत आनंदाला सर्वश्रेष्ठ स्थान द्या, कारण फक्त तेव्हाच तुम्ही सर्वसामान्य प्रमाणाहून अधिक उच्च आध्यात्मिक उंचीवर पोहोचाल आणि मग व्यवहार्य जगात खरोखरचं उत्कृष्ट कार्य कराल. कामाच्या ठिकाणी किंवा आयुष्यातही सर्वसामान्याहून अधिक श्रेष्ठत्वानं किंवा उत्कृष्टपणे काम करणं हे खरं म्हणजे तुमच्या कामात किंवा आयुष्यात तुम्ही किती प्रमाणात ऊर्जा गुंतवता यावर अवलंबून असतं. ज्या वेळी तुमच्या ऊर्जेत आनंदही असतो, त्या वेळी तुम्हाला काहीही रोखू शकत नाही. तुमच्या कामात, नात्यांमध्ये, तुमच्या समाजात किंवा संपर्कजाळ्यात ज्या वेळी तुम्हाला असा आनंद जाणवतो, त्या वेळी तो आनंद म्हणजेच हा तुमच्या अंतर्यामीचा खराखुरा आनंद असतो. म्हणून आनंदप्राप्ती हेच नेत्याचं उद्दिष्ट असतं किंवा असलं पाहिजे. तुम्ही जे करता ते आनंदानं करा. त्यानंतरच तुमच्या ऊर्जेतून तुम्हाला अतिशय महान अनुभव, महान यश आणि महान उत्कृष्टता प्रचंड प्रमाणात प्राप्त होऊ शकतील.

प्रकरण १४

सकारात्मक आत्मप्रतिष्ठा विरुद्ध विनाशकारी नेतृत्व

***शिकवण** : गौतम बुद्ध आपल्याला असं सांगतो की, आपल्यामध्ये प्रचंड प्रमाणातील ऊर्जा आणि आत्मशक्ती असते. ज्या वेळी बुद्ध या गोष्टींविषयी अधिकारवाणीनं बोलतो आणि त्याला पुष्टी देणारी विधानं करतो, त्या वेळी आपल्या स्वत्वात दडलेल्या या उर्जांच्या पातळ्यांचा शोध घेण्याचे प्रयत्न करणं आपल्याला भागच असतं. अंतर्गत समृद्धीच्या शोधातून, आपल्या अंतर्गत गाभ्यात आपल्याला लाभलेल्या सर्व गोष्टींविषयी खरोखरचा स्वाभिमान, सन्मान आणि आदर निर्माण होतो. महान नेत्यांना त्यांच्या अंतर्गत ऊर्जांच्या पावित्र्याची जाणीव असते आणि ते जनकल्याणासाठी त्यांचा लाभदायक वापर करतात.*

आत्मप्रतिष्ठेची सकारात्मक भावना असणं हा एका चांगल्या नेत्याकडे असलेला महत्त्वाचा गुणधर्म असतो. अन्यथा नेतृत्व अतिशय विध्वंसक स्वरूपाचं होतं. ॲडॉल्फ हिटलर हे याचं अभिजात उदाहरण आहे. त्याला आर्ट स्कूलमध्ये नाकारण्यात आलं होतं. त्याला कलाकार होण्याची इच्छा होती. त्याची आत्मप्रतिष्ठा, त्याचा आत्मसन्मान दुखावला गेला. तो आत्मप्रतिष्ठा गमावून

बसला. त्यानंतर त्याचं मन, त्याचे विचार विध्वंसकतेकडे वळले. त्याची सगळी आत्मजाणीव ही अत्यंत नकारात्मक अहंकारावर आधारित होती. त्याने विकसित केलेल्या या अंगभूत समस्येमुळे तो जगात विध्वंसकपणानं वागला. त्याच्या जाणिवेच्या बाबतीत नकारात्मक गोष्ट घडल्यामुळे त्याने जगातही प्रचंड नकारात्मकता आणली. त्याचा कोट्यवधी लोकांवर विपरीत परिणाम झाला आणि संपूर्ण जग महायुद्धाच्या खाईत लोटलं गेलं. या महायुद्धातून अभूतपूर्व विनाश आणि विध्वंस घडून आला. त्यात कित्येक अनिष्ट गोष्टी घडल्या. सकारात्मक आत्मप्रतिष्ठा हे खरोखरच चांगल्या नेतृत्वाचं सार आहे. स्वत्वाच्या अधिक उच्च पैलूंना पाहणं असा त्याचा आध्यात्मिक अर्थ आहे. लोकांना त्यांच्या अधिक उच्च 'बुद्ध धातूला' म्हणजेच बुद्ध प्रकृतीला ओळखण्यास लावणं हा गौतम बुद्धाचा संदेश आहे. आपल्या स्वतःच्या जीवनांमध्ये आणि नेतृत्वात अधिक उच्च स्वत्वाच्या स्वरूपाचा आपण बोध करून घेतला पाहिजे आणि नकारात्मक प्रेरणांच्या ऐवजी त्या सकारात्मक प्रेरणांच्या आधारावर काम केलं पाहिजे. बुद्धानं लोकांना सकारात्मक पद्धतीनं त्यांची आत्मशक्ती (आत्मबल) पाहायला लावण्याचा प्रयत्न केला. तो त्यांना सातत्यानं अशी आठवण करून देत राहिला की, त्यांच्या अंतर्यामी चांगुलपणाचं (कल्याणतेचं) बीज आहे. तिथे अनंत सद्गुण, अनंत बुद्धत्व आहे. याच बीजातून सकारात्मक आत्मप्रतिष्ठा निर्माण होते.

म्हणून जाणिवेच्या बीजाचं व्यक्ती कसं साकारीकरण करते ते महत्त्वाचं असतं. वृक्षाच्या उदाहरणाचा विचार करा. त्या वृक्षाला विषारी फळं लागतील की गोड, सुगंधी, पौष्टिक फळं लागतील हे त्याच्या बीजावर अवलंबून असतं. बुद्ध त्या बीजातच अधिकाधिक प्रमाणात मूल्याची, सद्गुणाची निर्मिती करण्याचा प्रयत्न करत होता. जर त्या बीजाची गुणात्मकता चांगली असेल तर ते सर्जनशील व उत्पादक पद्धतीनं अंकुरेल. बुद्धाच्या कार्याच्या भौतिक परिणामांचा विचार करता, बुद्ध अतिशय नेमकेपणानं बीजाच्या पातळीवरच काम करत होता, हा यातील सर्वाधिक महत्त्वाचा भाग आहे. लोक फक्त स्वतःकरिताच नव्हे, तर जगासाठीही चांगुलपणाचा महान स्रोत होऊ शकतात याची बुद्ध त्यांना जाणीव करून देत होता. त्यांच्या स्वतःच्या अस्तित्वाच्या अंतर्गत भागासाठी तर ते कल्याणकारी महान स्रोत होऊ शकतातच; पण त्याशिवाय संपूर्ण जगाच्या कल्याणातही ते योगदान देऊ शकतात, जगातही ते सकारात्मकतेचं साकारीकरण करू शकतात याची

जाणीव तो त्यांना करून देत होता. याकरिता फक्त आपल्यातील अधिक उच्च गुणधर्मांविषयीच्या जागरूकतेची जाणीव असण्याची गरज असते, हे तो लोकांना सांगत होता.

मन ही एक अतिशय आश्चर्यकारक यंत्रणा आहे. त्याला ज्या गोष्टी सुचवल्या जातात त्याच्यावर ते विश्वास ठेवू लागतं. स्वयंसूचनांना ते प्रतिसाद देतं. जर या सूचना नकारात्मक असल्या तर हळूहळू मनाचा दृष्टिकोन नकारात्मक होतो आणि मग कृतीही नकारात्मक होऊ लागतात. म्हणून स्वयंसूचनेचा हा गुणधर्म दूर केला तर व्यक्तीच्या मनात फरक पडतो. त्यावरच व्यक्ती जगात सकारात्मक शक्ती म्हणून चांगलं कार्य करेल की विध्वंसक कार्य करेल, हे अवलंबून असतं. परंतु, मुळातच मनाचा फार विचार न करणं आणि त्याच्याकडे अधिक लक्ष न देणं ही गोष्टच सर्वाधिक महत्त्वाची असते, कारण मन सातत्यानं नकारात्मकता उत्सर्जित करत राहतं. ते जीवनाच्या नकारात्मक पैलूंना सतत सुचवत राहतं आणि त्यांच्याविषयी अतिशयोक्ती करत राहतं. म्हणून बुद्ध मनाच्या पलीकडे जायला सांगतो. बुद्ध असं सांगतो की, आपली सर्वोच्च गुणवत्ता ही सजग मनाच्या पलीकडे असते. तुम्ही त्याला 'अति सजग मन' म्हणू शकता किंवा तुम्ही त्याला जाणिवेचा आवाज म्हणून शकता. तुम्ही त्याला ब्रह्मांडीय आवाज, अंतरात्म्याचा आवाज किंवा ब्रह्मांडीय मन म्हणू शकता. ब्रह्मांडीय मनाशी एकरूप होणं म्हणजे बुद्धत्व प्राप्त करून घेणं होय. या गुणधर्मामुळे तुमच्या स्वत्वाच्या मर्यादांवर तुम्ही मात करू शकता. तुम्हाला या गुणधर्मामुळेच सखोल सकारात्मक आत्मप्रतिष्ठा प्राप्त होते आणि तुम्ही भारावून जाता, कारण हा गुणधर्म समस्यांचा विचार करत नाही, तर तुमच्या मूळ स्वरूपाचा विचार करतो. तुम्ही अनंत आनंद आहात, त्या तुमच्या अनंत आनंद स्वरूपाचा तो विचार करतो.

ज्या वेळी मन निश्चिंत, स्वाभाविक आणि शुद्ध असतं, त्या वेळी त्याच्याकडे अत्यंत गतिमान, शक्तिशाली आणि ऊर्जावान होण्याची क्षमता असते. या गतिमानतेतून, शक्तीतून आणि ऊर्जेतून तुमच्या अस्तित्वात मूल्यं किंवा सद्गुण जागृत होतात. इतरांनाही त्यांची जाणीव होऊ लागते. त्यानंतर तुमच्या अस्तित्वाला, जाणवण्याइतक्या प्रमाणात करिष्म्याची शक्ती प्राप्त होते. त्यानंतर तुम्ही मनाच्या दलदलीत आणि त्याच्या विचारांच्या प्रवाहात अडखळत राहत नाही, तर तुमच्या आत असलेल्या अधिक उच्च

स्वत्वाविषयी तुम्ही सजग आणि जागृत होता. या अधिक उच्च स्वत्वातून अधिक उच्च स्वरूपाचं यश खरोखरच बाहेर पडतं.

बुद्धाच्या ध्यानाच्या किंवा झन्नाच्या शिकवणुकीतून गाढ स्फूर्ती घेऊन चिनी बौद्ध धर्मात असं म्हटलं गेलं आहे की, तुम्ही स्वतःच्या ज्या स्वरूपाला ओळखता तेच जगातील तुमच्या तृप्ततेची पातळी निर्धारित करतं. जर तुम्ही स्वतःला प्रामुख्यानं मन आणि विचार म्हणून ओळखत असाल तर तुम्ही दुःखी राहाल. परंतु जर तुम्ही स्वतःला प्रामुख्यानं तुमच्या अधिक उच्चतर स्वरूपावरून ओळखत असाल तर तुम्ही करत असलेलं कार्य तुम्ही अगदी अचानकच अगदी सहजगत्या प्रभावी ऊर्जेनं करू लागल्याचं तुमच्या लक्षात येईल. नेत्यानं असंच केलं पाहिजे. त्याच्या किंवा तिच्या सर्वोच्च ऊर्जेला त्याने ओळखलं पाहिजे.

बुद्धानं वृत्तीत समतोलपणा राखण्यास शिकवलं होतं, कारण त्याच्यातूनच आपल्या अधिक उच्च स्वभावाचं किंवा पदाचं प्रतिबिंब पडतं. आता, चांगला स्वभाव हा अखेरीस तुमच्या आत्मप्रतिष्ठेच्या जाणिवेवर अवलंबून असतो आणि नेता म्हणून लोक तुम्हाला ज्या प्रकारे समजून घेतात त्या त्यांच्या आकलनावरही तुमच्या या जाणिवेचा मोठाच परिणाम होतो. संतापी नेत्यांना काही काळ सहन केलं जातं, परंतु जर एखाद्या व्यक्तीचा स्वभाव रागीट किंवा शीघ्रकोपी असेल तर त्यांना दीर्घ काळापर्यंत सहन करणं लोकांना असह्य होऊ लागतं. एखादं काम पूर्ण करण्याचा प्रश्न असेल तर अशा वेळी त्या काळापुरतं नेत्याच्या क्रोधाला सहन केलं जातं, परंतु सातत्यानं तापदायक स्वभावाला सहन करणं अशक्य असतं. त्याच्यातून तुमच्या विध्वंसक वृत्तीचं दर्शन घडतं आणि ही विध्वंसक वृत्ती हे निश्चितपणे तुमच्या अधिक उच्च स्वरूपाच्या स्वभावाचं प्रतिबिंब नसतं. म्हणून असं करणं टाळा. तुम्हाला तुमच्या मनःस्थितीवरून किंवा मूडवरून ओळखलं जाण्यापेक्षाही अधिक चांगल्या, अधिक महान स्वरूपावरून ओळखलं गेलं पाहिजे. म्हणून क्षणिक मनःस्थितींच्या आहारी जाऊ नका. अगदी क्रोधाच्या क्षणीसुद्धा हे लक्षात घ्या की, तुमच्यातील आध्यात्मिक अस्तित्व हे क्रोधाच्या पलीकडे आहे. असं केल्यामुळे तुम्ही सकारात्मकतेला प्रत्यक्षात उतरवण्यास सुरुवात करता. या माध्यमातून तुमचा कायापालट तर होतोच, पण तुमच्या कामातून आणि सान्निध्यातून इतरांना प्रभावित करण्याच्या तुमच्या क्षमतेतही कायापालट घडून येतो. सकारात्मक पद्धतीनं इतरांवर प्रभाव टाकण्याची तुमची क्षमता वाढते आणि मूलतः हेच महान नेतृत्व असतं.

प्रकरण १५

विचारांकडून जागृतीकडे जा

***शिकवण :** बुद्धत्व म्हणजेच विशुद्ध जागृती किंवा जाणीव होय. बौद्ध धर्माचा संबंध 'दुःखा'शी आहे, असा विचार अनेक लोक करतात. परंतु मूलतः बौद्ध धर्म हा जागृतीविषयी आहे. आपण जर बाह्य कामकाजाच्या आणि इतर गोष्टींच्या पाठपुराव्यांमध्येच गुंतून पडलो तर फक्त दुःखच प्राप्त होईल. मात्र, जर आपल्या अंतर्गत जागृतीवर आपण काम केलं तर स्वाभाविकपणेच आपल्याला आनंदाची प्राप्ती होईल. अस्तित्वाच्या अनंतपणाच्या भागाचा अमर्याद शोध घेणं हे बौद्ध धर्माचं सार आहे. एकापाठोपाठ येत राहणाऱ्या विचारांवर नव्हे, तर या शोधावर लक्ष केंद्रित करा. तुमच्या स्वत्वात अधिक मोठी जागृतीची निर्मिती करण्यावर लक्ष केंद्रित केल्यामुळे, जीवनातील समस्यांना आणि प्रश्नांना सामोरं जाताना अधिक उच्च प्रकारची बुद्धिमत्ता, ऊर्जा, गतिमानता, साहस आणि ज्ञान यांची प्राप्ती होते.*

बुद्धाचा मार्ग हा विचारांमध्ये (चिंतांमध्ये) नाही, तर तो जागृतीत (चेतनेत) आहे. एखाद्याच्या व्यक्तिमत्त्वाच्या माध्यमातून चांगलं 'नेतृत्व' दिसून येण्यासाठी, साकार होण्यासाठी हे समजून घेणं ही गुरूकिल्ली आहे. बुद्धाच्या मते, आकलनाचं किंवा एखादी गोष्ट समजून घेण्याचं साधन म्हणून

मनाच्या विचारांवर अवलंबून राहणं ही गोष्ट फारशी चांगली नाही. मन तुमच्या समोर अनेक गोष्टी फेकतं आणि त्या सगळ्याच्या सगळ्या सत्य असल्याच पाहिजेत असं नसतं. म्हणून जर आपण मनावर पूर्णपणे विश्वास ठेवू लागलो तर आपल्या स्वत्वाच्या सत्यापासून आणि विश्वाच्या सत्यापासून आपण दिवसेंदिवस अधिकाधिक दूर जाऊ लागतो. मनाच्या सीमित विचारांतून आपली सोडवणूक करून घेणं आणि सातत्यपूर्ण विचारांच्या हस्तक्षेपाशिवाय, निवडहीन आकलनासह (म्हणजेच आपल्याला होणाऱ्या खरोखरच्या आकलनासह, त्याच्यातील कोणत्याही गोष्टीची स्वतः निवड न करता) सत्यात सहभागी होणं हा जागृतीचा मार्ग आहे. यामुळे स्पष्टता, तत्परता येते आणि सावधपणाही येतो. तत्परतेच्या, सावधपणाच्या कृतीतून, ध्यानाच्या माध्यमातून आपल्या बुद्धिमत्तेचा आणि अंतर्दृष्टीचा विस्तार होतो. म्हणून नेत्यांकडे तत्परता, सावधपणा असणं ही गोष्ट अत्यंत आवश्यक असते. त्यावरून तुमच्या वैयक्तिक नेतृत्वाच्या सजगतेच्या, समयसूचकतेच्या शक्तीचा प्रभावीपणा निश्चित होतो.

नेते नेहमीच चिंताजनक विचारांमध्ये गुंतलेले असतात, परंतु स्पष्टतेच्या मार्गासाठी तुमच्या मूलभूत अस्तित्वाची स्मृती असणं गरजेचं असतं. तुम्ही म्हणजे विचार नाही, तुम्ही म्हणजे जैव शारीरिक मन आणि शरीर नाही, याची जाणीव ठेवणं आवश्यक असतं. एकदा तुमच्या मनात ही जाणीव प्रस्थापित झाली की तुमच्या ऊर्जेचं प्रचंड सक्षमीकरण होतं. त्यानंतर त्या वस्तू खरोखरच्या जशा असतात तसं तुम्ही त्यांचं आकलन करून घेऊ लागता. म्हणजेच तुमचे विचार त्यांच्याविषयी जे सुचवत असतात, त्याप्रमाणे तुम्ही त्यांना समजून घेत नाही, तर वस्तूंना त्यांच्या सत्य स्वरूपात समजून घेऊ लागता.

जागृती ही आध्यात्मिक आणि गूढ शोधाच्या केंद्रस्थानी असलेली गोष्ट आहे. विशेषतः पौर्वात्य गूढ मार्गांमध्ये सर्वत्र तुम्हाला तिचे पडसाद उमटल्याचं आढळेल. बुद्धाच्या विचारसरणीत प्रामुख्यानं हे दिसून येतं. त्याचा संपूर्ण मार्गच संयमी जागृतीच्या संदर्भातील आहे. नेत्यांनी अशी संयमी जागृतीच अधिकाधिक प्रमाणात आत्मसात केली पाहिजे. आपण म्हणजे मन नाही हे समजून घेण्याचा संयम त्यांनी बाळगलाच पाहिजे. विश्वातील प्रत्येक गोष्ट ही तिथे सातत्यानं सुरू असलेल्या दैवी लीलेचा फक्त एक भाग असते. परंतु तुमचं मन त्याचा वेगळा अन्वयार्थ लावत असतं आणि त्याला

अशा प्रकारे कलाटणी देत असतं की, तुमच्या मनातील या लीलेची जाणीव लुप्त होते. तुम्ही सगळ्या गोष्टी अतिरेकी गांभीर्यानं घेता आणि ज्या वेळी तुम्ही अतिरेकी प्रमाणात गंभीर होता त्या वेळी हृदयाचा हलकेफुलकेपणा आणि मनाचं ऊर्जामय, शक्तिशाली स्वातंत्र्य या दोन्ही गोष्टी तुमच्यापासून दूर जातात. त्यानंतर तुम्ही स्वतःसाठी चुकीचे निर्णय घेता आणि एक नेता म्हणून तुम्ही ज्यांचं नेतृत्व करत असता त्यांच्यासाठीही चुकीचे निर्णय घेऊ लागता. जे घडत असतं त्याला आत्मसात करून जीवनाच्या क्षणांचा आनंद घेणं असा अर्थ जागृतीतून सूचित होतो. जागृतीत मनाच्या विचारांना आणि समजुतींना किंवा समजांना आत्मसात करणं समाविष्ट नसतं. मनाचे विचार, समजुती आणि समज हे सहसा नेहमीच चुकीचे आणि काल्पनिक असतात.

बुद्धानं नेहमीच असं सांगितलं आहे की, मन लोकांना फसवतं, ते त्यांना युक्तीनं चकवतं. ते आभासाची निर्मिती करतं. मानसिक आणि भावनिक पातळ्यांवर ते काल्पनिक प्रक्रिया निर्माण करतं आणि त्याद्वारे अस्तित्वाच्या सर्व पातळ्यांवरच्या मानवी वर्तनात्मक संरचनांवर त्याचा सखोल परिणाम होतो. तरीही, आधुनिक माणसाचं सगळं लक्ष हे विचारांमध्ये केंद्रित झालं आहे. आपल्या विचारांशी आपण इतके एकरूप होऊन जातो की, आपण विचारांनुसार प्रतिक्रिया व्यक्त करतो. सातत्यानं बदलत्या स्वरूपाच्या विचारांच्या आकलनावर आधारित अशा प्रकारच्या प्रतिक्रियांमधूनच मूलतः आत्मसंघर्ष आणि व्यक्तीमधील आंतरसंघर्ष निर्माण होतो. बहुतांश नेते हे आपल्या स्वतःच्या दृष्टिकोनाविषयी आणि विचाराविषयी अतिशय बचावात्मक आणि संरक्षणात्मक पवित्रा घेतात. लोकांना परस्पर सहकार्यानं एकत्रितपणे कार्य करण्यास प्रेरणा देणारा चांगला नेता होण्यासाठी बंदिस्त, संकुचित विचारांच्या आग्रहापेक्षा खुली जागृती आवश्यक असते. उदाहरणार्थ, एखाद्या संकटमय परिस्थितीचं परीक्षण करू या. सर्व प्रकारच्या नेत्यांना अशा बिकट परिस्थितींना तोंड द्यावंच लागतं. ती कदाचित राष्ट्रासमोरची बिकट परिस्थिती असू शकते किंवा एखाद्या संघटनेसमोरची किंवा कंपनीसमोरची कठीण परिस्थिती असू शकते. अशा परिस्थितीला नेता कशा प्रकारे हाताळतो ही इथली महत्त्वाची बाब असते. इथेच बुद्धाची भूमिका अत्यंत महत्त्वाची ठरते, कारण तो जाणिवेविषयीचा महत्त्वाचा मुद्दा मांडतो. जर जाणीव चांगल्या, मोकळ्या किंवा खुल्या अवस्थेत असली तर नेता खूपच अधिक जागरूकतेनं ती सोडवू शकतो.

अन्यथा, सहसा नेत्याचे दृष्टिकोन बंदिस्त, संकुचित स्वरूपाचे असले तर अतिशय घाईघाईत तो एखादा चांगला, वेगळा दृष्टिकोन दडपून टाकतो आणि आपल्याच विचारावर ठाम राहतो. अशा वेळी तो चूक करतो.

मूलतः इतरांशी दृढ संबंध प्रस्थापित करण्याची क्षमता ही चांगल्या नेत्याची अत्यंत महान क्षमता असते. दृढ संबंधांच्या या प्रस्थापनेतून सखोल नातं, बंध, सांघिक काम अशा अनेक गोष्टी चांगल्या प्रकारे निर्माण होतात. मग हे संपर्क व्यावसायिक जाळ्याच्या पातळीवर आहेत की राजकारणाच्या पातळीवर आहेत याने काहीही फरक पडत नाही. एकूणच लोकांच्या हृदयांशी आपल्या हृदयाचा संबंध जोडला जाणं किंवा एकमेकांशी आंतरिक बंधांनी जोडलं जाणं ही यातली महत्त्वाची बाब असते. आता इथेसुद्धा अंतःकरणापासून एकमेकांशी असलेल्या संबंधांमध्ये विचार कसा हस्तक्षेप करू शकतात आणि त्यात अडथळा आणू शकतात ही गोष्टही इथे अतिशय महत्त्वाची असते. ज्या वेळी आपण अनेक लोकांना भेटतो त्या वेळी आपल्या मनात अनेक पूर्वकल्पना तयार होतात किंवा आपण एखाद–दुसऱ्या घटकांवरून व्यक्तीचं मूल्यमापन करू लागतो. मन असं मूल्यमापन करत असल्यामुळेच काही वेळा त्याहूनही अधिक मूल्यवान असलेली गोष्ट आपण गमावून बसतो. यामुळे एका व्यक्तीकडून दुसरीकडे वाहणारा आपलेपणाचा प्रवाह आपण गमावून बसतो. साहजिकच आपापसांतील जिव्हाळा, आपुलकी गमावली जाते. अशा परिस्थितील लोक फक्त बुद्धीच्याच साहाय्यानं इतक्या प्रमाणात काम करू लागतात की ते अतिशय हिशेबी वृत्तीनं वागू लागतात आणि मग काही वेळा नातेसंबंधातील मानवी आध्यात्मिकतेचा स्पर्श गायब होतो किंवा आपल्याला जाणवत नाही. परंतु करिष्मा असलेल्या नेत्यांना माणसातील अधिक उच्च आध्यात्मिक स्वभावाचा उपयोग कसा करून घ्यावा ते माहीत असतं. ही गोष्ट फक्त मानसिक मूल्यमापनापुरती किंवा हिशेबीपणापुरतीच मर्यादित नसते. अर्थातच, मानसिक मूल्यमापनाची आणि हिशेबीपणाचीही काही प्रमाणात गरज असतेच. त्यांच्यामुळे आपण धोक्यांपासून सुरक्षित राहतो आणि आपल्याला चांगल्या प्रकारे जगण्यासही मदत होते. तुमच्या दृष्टीनं महत्त्वाच्या असलेल्या नातेसंबंधांचा विकास करण्यासाठी, ते संबंध अधिक दृढ करण्यासाठी अंतःकरणापासूनच्या जागृतीची गुणवत्ता उपयुक्त ठरते. प्रेरणेच्या माध्यमातून सतत बदलत राहणाऱ्या मनाच्या गुणवत्तेहून ही गुणवत्ता अनंत पटींनी अधिक शक्तिशाली असते.

नेत्यांनी समजून घेण्याची एक महत्त्वाची गोष्ट अशी आहे की, त्यांची बरीचशी ऊर्जा ही विचारांच्या निरर्थक गोंधळात वाया जाते. अंतिमतः ज्या नेत्यांच्या स्वतःच्या विचारांमध्ये द्वंद्व किंवा संघर्ष नसतो, तेच नेते प्रभावी नेते असतात. जे नेते स्वतःच्या स्वत्वात, अंतरात्म्यात शांत आणि त्याच्याशी सुसंगत असतात, ज्यांनी आपल्या अंतरात्म्याशी जुळवून घेतलेलं असतं, तेच अधिक चांगले नेते असतात. कारण या माध्यमातून तुम्ही खूपच अधिक सुरळीत पद्धतीनं कार्य करू शकता. अखेरीस, नेतृत्वाची गुणवत्ता आणि नेतृत्व करताना तुमच्या मनात काय भावना असतात, तुम्हाला कसं वाटतं या गोष्टी अतिशय महत्त्वाच्या असतात. आपण सुरळीतपणे कार्य करत आहोत असं तुम्हाला वाटलं पाहिजे. म्हणून काही वेळा विचारांचं जड ओझं बाजूला ठेवण्यास शिका. विचारांच्या पलीकडे जाऊन तुम्ही स्वतः जे आहात फक्त तेच व्हा. खुलेपणात आणि जागृतीत गुंतून जा.ध्यानात व्यग्र व्हा. त्यानंतर सगळ्याच गोष्टी खूपच अधिक चांगल्या प्रकारे कार्य करत असल्याचं तुमच्या लक्षात येईल. तुमच्या अस्तित्वाचा प्रवाह खूपच अधिक ऊर्जेनं कार्य करू शकतो, असंही तुम्हाला समजेल.

मनातील ही भावना आणि ही समज यांच्यामुळे तुमच्या अचानकच असं लक्षात येईल की, थकवा, नैराश्य किंवा नेतृत्वाच्या अपेक्षा नाहीशा होत चालल्या आहेत. तुम्ही खूपच अधिक संयमानं आणि अधिक स्पष्टतेनं वागत आहात असं तुम्हाला जाणवेल. अशा प्रकारे, हातातील कामावर तुम्ही खूपच मोठ्या प्रमाणात लक्ष केंद्रित करू शकाल आणि त्यावरच पूर्णपणे लक्ष एकवटाल.

प्रकरण १६

फक्त तुमचीच असलेली एकमेव गोष्ट तुमच्या अंतरंगात आहे

शिकवण : *तुम्हाला समाधान मिळवून देणारा तुमचा एकमेव खजिना किंवा तुमचं खरोखरचं भांडार हे तुमच्या अंतर्यामी, तुमच्या अंतरात आहे या जाणिवेखेरीज इतर कशातूनही तुम्हाला समाधानाची प्राप्ती होऊ शकत नाही. जगात या खजिन्याखेरीज इतर कुठल्याही गोष्टीवर आपली मालकी नाही. तुम्हाला विश्वाच्या महान ऊर्जेशी एकरूपता, अद्वैतता जाणवावी अशा पद्धतीनं तिचा वापर करा. चिंता, काळज्या आणि समस्या यांपासून स्वतःला थोडंसं अलिप्त करा. फक्त याच एकमेव मार्गानं तुमच्या अंतर्गत खजिन्याचा खरा प्रकाश अधिक तेजस्वीपणे चमकू लागेल. त्यामुळे जीवनातील सर्व आव्हानांना तुम्ही अतिशय आकर्षकपणे, नम्रतेनं, ईश्वरी कृपाप्रसादाच्या साहाय्यानं आणि गांभीर्यानं तोंड देऊ शकाल. ब्रह्मांडाच्या आत्म्याशी म्हणजेच परमात्म्याशी आपण संलग्न असल्याची जाणीव करून घ्या. वैश्विक अस्तित्वाचा तोच गाभा आहे. त्याचा प्रकाश तुमच्या अंतर्यामी प्रकाशत आहे. हा अंतर्गत अनंत प्रकाश अधिक प्रखरपणे, अधिक तेजस्वीपणे प्रकाशण्यासाठी काम करा.*

तिथूनच तुम्हाला सर्व प्रकारची शांतता, स्थैर्य,
ज्ञान आणि ताकद प्राप्त होईल.

बुद्ध अशी शिकवण देतो की, अखेरीस जे काही खरोखरचं तुमच्या मालकीचं आहे ते तुमच्या अंतर्यामी, अंतरात आहे. जगातील कुठलीही गोष्ट आपल्या मालकीची नाही. आपल्याला अखेरीस फक्त आपलं स्वतःचं अस्तित्व उपलब्ध असतं. म्हणून सर्व प्रकारचं परिवर्तन किंवा सर्व प्रकारचा कायापालट हा तिथूनच घडून आला पाहिजे. कोणतीही परिस्थिती, कोणतीही घटना किंवा कोणतंही पद तुमचा कायापालट घडवून आणू शकणार नाही. जगात फक्त तुमचं अंतर्गत कार्यच तुमचा कायापालट घडवून आणू शकेल. म्हणूनच बुद्धाचा आध्यात्मिक दृष्टिकोन इतका महत्त्वाचा आहे. ज्या वेळी तुमची अंतर्गत अवस्था दृढ होते आणि गंभीरपणे कार्य करू लागते, त्या वेळी क्षमतेची जाणीव करून घेण्याची तुमची जाणीवही अनंत पटींनी वाढते. बुद्ध असं म्हणत असे की, ज्ञानी होणं किंवा स्वतःच्या खऱ्या बुद्ध-स्वरूपाचा शोध घेणं कठीण आहे, असं लोकांना आढळतं ही खरी समस्या नाही. आपल्या बुद्ध-स्वरूपाला जाणून घेण्याच्या, ज्ञानीपणाच्या दिशेनं जाण्याच्या इच्छेचा अभाव ही खरी समस्या आहे. अत्यल्प लोकांकडेच अशी इच्छा असते आणि अशी इच्छा असलेले लोक अत्यंत गंभीरपणे चांगलं जीवन जगतात.

हे तत्त्व फक्त आध्यात्मिक मार्गालाच लागू पडत नाही. जीवनात आपण जे काही करत असतो त्याविषयीच्या आपल्या हेतूच्या गांभीर्यालाही ते लागू होतं. चांगलं काम हे कोणत्या ना कोणत्या उपयुक्त हेतूनंच केलं जातं, हे तुमच्या लक्षात येईल. परंतु फक्त तुमच्या अंतरंगात तुम्ही जे कोणी आहात ते म्हणजेच तुम्ही आहात, या आकलनातूनच सर्व महान हेतू निर्माण होतात, असं तुम्हाला आढळेल. तुमच्याकडून इतर सगळ्या गोष्टी काढून घेता येतील. आज तुमच्याकडे सत्ता असली तरी उद्या ती नसेल. आज तुमच्याकडे एखादं विशिष्ट नातं असेल, उद्या ते नसेल. परंतु तुमच्या अंतरात, अंतरंगात जे काही आहे, ते तुमचंच असतं. म्हणून तुमच्या क्षमतेचा सर्वशक्तिनिशी उपयोग करून अंतर्गत आध्यात्मिक स्वत्वावर काम करा. अशा प्रकारे तुम्ही हेतूनं प्रेरित झालेली व्यक्ती व्हाल. अशी व्यक्ती सत्याचा सामना करण्यास घाबरत नाही आणि महान नेतृत्वाचा हाच मूलभूत घटक असतो.

महान नेतृत्वात कशाचा समावेश असतो? तुम्ही म्हणजे या संपूर्ण अस्तित्वाचा अत्यंत लहान भाग आहात आणि तुमच्या अंतरंगात महान गोष्टींवर काम करण्याची क्षमता आहे हे समजून घेण्यापासून महान नेतृत्वाची सुरुवात होते. महान नेत्यांकडे हा प्रचंड आत्मविश्वास असतो. म्हणून त्यांच्यामध्ये विशिष्ट प्रमाणातील विनम्रता आणि आपल्या अंतर्गत अस्तित्वात अमर्याद कार्य करण्याची क्षमता असल्याची जाणीव या दोहोंचं मिश्रण असतं. तुमच्या अस्तित्वाचे अनंत अर्थ असू शकतात, हे तुम्हाला समजलं तर तुम्ही स्वतःच्या अमर्याद स्वत्वाच्या अधिकाधिक निकट येऊ लागता. तिथूनच तुमच्या सर्जनशील ऊर्जेचा प्रवाह वाहू शकतो आणि या प्रवाहातूनच नेतृत्वाचे सगळे महत्त्वाचे गुणधर्म प्राप्त होतात. धीट, नीडर होण्याची इच्छा, सत्य भाषण करणं, एकात्मता, प्रामाणिकपणा, टीमसाठी लढा देणं आणि तिचं रक्षण करणं, स्वतःच्या आणि इतरांच्या चुका दाखवून देणं आणि टीममध्ये किंवा तुमच्या व्यवसायात किंवा संघटनेत अगर राज्यात किंवा देशात इ. ठिकाणी सुधारणा करण्याची क्षमता हे नेतृत्वाचे सगळे महत्त्वाचे गुणधर्म असतात आणि ते या प्रवाहातूनच मिळतात.

सर्जनशील ऊर्जा ही अत्यंत स्वारस्यपूर्ण गोष्ट असते. तिला स्फूर्तीची किंवा प्रेरणेची आवश्यकता असते. प्रेरणा नसेल तर ती खऱ्या अर्थानं उचितपणे कार्य करू शकत नाही. तुमच्या अंतर्यामी क्षमतेची संपत्ती असल्याची जाणीव करून घेणं ही अंतिम प्रेरणा असते. जगातील तुमचा खरा खजिना हा अंतर्यामी असतो, तो बाह्य भागात कुठेही नसतो. बाह्य भागातील खजिने खऱ्या अर्थानं तुमचे नसतात. यशस्वी जीवनाचा हा महत्त्वाचा घटक आहे, कारण त्याच्यामुळे जगात काम करण्यासाठी प्रचंड धैर्याची स्फूर्ती मिळते. म्हणून तुम्ही फक्त स्वतःला समजून घ्या, हीच आध्यात्मिक शिकवण आहे.

नेते ज्या पदावर असतात त्या पदाचा अहंकार त्यांच्यात येतो. कामाच्या ठिकाणी सर्जनशीलतेत आणि नावीन्यपूर्ण कल्पना लढवणाऱ्या नेतृत्वात अडथळे आणणारा हा सगळ्यात मोठा घटक आहे. तुमच्या मालकीचं जे काही आहे ते तुमच्या अंतर्यामी आहे आणि त्याशिवाय तुमच्याकडे इतर कोणतीही बाह्य गोष्ट नाही, या जाणिवेतून तुमच्या पदासह तुमच्या जीवनात असलेली प्रत्येक गोष्ट ही तुम्हाला नशिबानं मिळाली आहे, त्यामुळे ती फक्त तुमच्या सुदैवी परिस्थितींची लीला आहे याची जाणीव होते. अशा

प्रकारे विचार केल्यानंतर तुम्ही ज्या पदावर असता त्याच्याविषयी तुमच्या मनात कृतज्ञता निर्माण होते. तुमच्या मनात त्याविषयी अहंकार निर्माण होत नाही. या आत्मजाणिवेतून तुमची सर्जनशीलता मुक्त होते. त्यानंतर तुम्ही इतरांसाठी चांगल्या शक्तीचा स्रोत होता आणि चांगल्या नेतृत्वाचा हाच अर्थ असतो. त्याने इतरांच्या भल्यासाठी कार्य करणारी शक्ती म्हणून कार्यरत असावं लागतं.

म्हणून पदाविषयी आणि सत्तेविषयी स्वामित्वाची भावना नसणं ही एक अत्यंत मूलभूत जाणीव असते. परंतु जगात आपल्याला नेमकी याच्या विरुद्ध परिस्थिती दिसते. लोकांच्या मनात त्यांच्या सत्तेविषयी किंवा पदाविषयी स्वामित्वाची भावना असते. त्यामुळे त्यांच्या नेतृत्वाच्या संपूर्ण कार्याची नासाडी होते. कारण अशा वेळी त्यांच्या नेतृत्वाला वैयक्तिक हिताच्या कारणानं प्रेरणा मिळते आणि याच कारणामुळे त्यांच्या कार्यात बाधा येते. तुमच्या समोर आणि इतरांसमोर तुमच्या अस्तित्वाचे अत्यंत महान, सर्वश्रेष्ठ पैलू साकार व्हावेत अशा प्रकारे ही अंतर्गत मुक्तता मिळवण्यास शिका. ज्या वेळी तुमच्या अस्तित्वाचे अत्यंत महान पैलू उघड होतात किंवा साकार होतात, त्या वेळी तुमच्याकडे आपोआपच करिष्मा निर्माण होतो.

तुम्ही अतिशय निश्चितपणे आणि अत्यंत सहजतेनं कार्य करत असल्यासारखं दिसणं हे नेतृत्वाच्या करिष्म्याचं रहस्य आहे. यामुळे तुम्ही इतरांशीही सहजतेनं वागू लागता. त्यामुळे लोक प्रभावित होतात आणि तुमच्याकडे आकर्षित होतात. महान नेत्यांकडे मित्रत्वानं (अतिरेकी मित्रत्वानं नव्हे) वागण्याची क्षमता असते आणि ते आपल्या वैयक्तिक अहंकारांवर मात करण्यास सक्षम असतात, कारण नेतृत्व म्हणजे लोकांशी बंध निर्माण करणं, त्यांच्याशी जोडलं जाणं आहे हे त्यांना माहीत असतं. अखेरीस लोकांना प्रेरणा देणं आणि कार्य करण्यास प्रवृत्त करणं याच्याशी या सगळ्याचा संबंध असतो.

प्रत्यक्षात अत्यल्प लोकांकडेच मित्रत्वानं, अहंकाररहिततेनं आणि सहजपणे कार्य करून नेतृत्व करण्याची क्षमता असते. बहुतांश लोक त्यांच्या स्वतःच्या पदाच्या, आपल्या स्वतःच्या अधिकाराच्या, सत्तेच्या जाणिवेत कैद होतात. त्यांच्या ऊर्जेच्या संपूर्णत्वाचा त्यांना उपयोग करून घेता येत नाही. पदाविषयीच्या स्वामित्व-भावनेमुळे ऊर्जा अडकून पडते. जी व्यक्ती आपल्या ऊर्जेच्या संपूर्णत्वाच्या प्रवाहातून सहजतेनं प्रवाहित

होते, ती सहजपणे कार्य करते आणि अशी व्यक्ती मुक्त असते. ऊर्जेतून आणि आपण हाती घेतलेल्या कार्यातून असं सहजतेनं प्रवाहित होण्याकरिता तुमचं कोणत्याही बाह्य गोष्टीवर स्वामित्व नाही, फक्त तुमच्या अंतर्यामीच्या ऊर्जेच्या खजिन्यावर, तुमच्या अंतरात्म्यावर तुमचं स्वामित्व आहे, फक्त तोच तुमचा आहे हे समजून घ्यावं लागतं. एकदा असं झालं की, तुमची जाणीव मुक्त होईल, कारण तुमच्याकडे जे आहे त्याचं रक्षण करण्याविषयीची तुमची चिंता दूर होईल. त्यामुळे आता तुम्हाला त्याचं रक्षण करण्याची गरज नसेल. अशा प्रकारे तुम्ही शूर, धाडसी व्हाल. आता आपल्याकडे गमावण्यासारखं काहीही नाही याची तुम्हाला जाणीव होईल आणि ज्या वेळी तुम्हाला अशी जाणीव होईल त्या वेळी तुमची ऊर्जा प्रवाहित होण्यास आणि अधिक चांगल्या प्रकारे कार्य करण्यास सक्षम होईल.

मनोरचना आणि जाणीव यांविषयीच्या या काही अत्यंत मूलभूत गोष्टी आहेत आणि त्या नेत्याकडे असल्या पाहिजेत. बुद्धानं नेहमीच अस्तित्वाच्या मूलभूत पैलूंवर भाष्य केलं होतं. विशेषतः जाणिवेच्या क्षेत्राविषयी त्याने सांगितलं होतं.

व्यवस्थापनाच्या अनेक प्रशिक्षण संस्थांमधून नेतृत्वाविषयी शिकवलं जातं, परंतु तिथे शिकवल्या जाणाऱ्या नेतृत्वाच्या अनेक नमुन्यांमध्ये जाणिवेच्या महत्त्वाच्या भागाविषयी चकार शब्द काढला जात नाही. अखेरीस, नेतृत्वाचा संबंध तुमच्याकडे असलेल्या बुद्धिमत्तेच्या किंवा कौशल्याच्या संचाशी नाही. जीवनाविषयीच्या व्यक्तीच्या सर्वांगीण दृष्टिकोनाशी ते निगडित आहे. त्याच्यातूनच एखादी व्यक्ती कोणत्या प्रकारचं नेतृत्व करण्यास सक्षम आहे ते निश्चित होतं. म्हणूनच नेत्यांसाठी आणि खरोखरच्या यशाचा शोध घेणाऱ्या सर्वांसाठी बुद्धाला समजून घेणं इतकं महत्त्वाचं आहे.

प्रकरण १७

लोकांकडे काय आहे ते पाहण्याऐवजी ते कसे आहेत ते पहा

शिकवण : *बौद्ध धर्म आपल्या अनुयायांकडे अतिशय करुणार्द्रपणे, विनम्रतेनं आणि दयाळूपणे पाहतो. एका अद्‌भुत ब्रह्मांडीय प्रवासास निघालेले सहप्रवासी म्हणून तो त्यांच्याकडे पाहतो. लोकांचा जगातील दर्जा काहीही असला तरी त्यांना समरसतेनं, सहानुभूतीनं आणि दयाळूपणानं वागवलं पाहिजे, असं हा धर्म सांगतो. तुम्ही असे वागलात तर तुमच्या या वागण्याचे पडसाद तुमच्याकडे कित्येक पटींनी परत येतील. तुम्ही लोकांशी वाईट वागलात तर लोक तुम्हाला बक्षीस देतील या भ्रमात राहून स्वतःला मूर्ख बनवू नका. खरं तर अहंकारी नेते असं करतात आणि त्यामुळे त्यांना आध्यात्मिक पातळीवर दुःख प्राप्त होतं आणि जगाचीही हानी होते. सत्कर्म करण्याची आणि बिंबवण्याची चांगली संधी म्हणून तुमच्या कामाकडे पहा. अस्तित्वाचा आणि खऱ्या अर्थानं यशस्वी व्यक्ती असण्याचा हाच अधिक श्रेष्ठ अर्थ आहे.*

बौद्ध धर्म लोक कसे आहेत, काय आहेत ते पाहण्यास शिकवतो, त्यांच्याकडे काय आहे ते पाहण्यास शिकवत नाही. जीवनातील आणि नेतृत्वातील महानत्वाकरिता ही एक अतिशय मूलभूत गोष्ट आहे. सामान्य नेते लोकांकडे

काय आहे ते पाहतात. ते लोकांच्या पदाचा, त्यांच्याकडच्या संपत्तीचा वगैरे गोष्टींचा विचार करतात. महान नेत्यांकडे व्यक्तीला समजून घेण्याची क्षमता असते आणि व्यक्तीच्या अंतर्गत अस्तित्वाला, त्यांच्या अंगभूत बुद्धिमत्तेला, त्यांच्या प्रतिभेला ओळखण्याची क्षमता ही त्यांची मोठीच ताकद असते. म्हणून नेता हा बुद्धिमत्ता किंवा प्रतिभा शोधणारी व्यक्ती असतो. परंतु खरं म्हणजे त्याकरिता अंतर्दृष्टीची गरज असते. त्याकरिता बाह्य बाजूला दिसत असलेल्या गोष्टींच्या पलीकडे जाऊन व्यक्तीच्या अंतरंगात डोकावता येण्याच्या क्षमतेची आवश्यकता असते. सर्वच माणसांकडे अनंत क्षमता असते, परंतु व्यक्तीच्या अनंत क्षमतेत दडलेल्या अद्वितीयपणाला ओळखू शकणारा नेताच महान नेता असतो. असं करताना ते लोकांना शक्य तितक्या उत्तम प्रकारे कार्यप्रवण करण्यास सक्षम असतात. हे व्यापक नेतृत्व असतं. संबंधित नेत्याकडे नेता म्हणून खरोखरची बुद्धिमत्ता असणं असा त्याचा अर्थ असतो. कारण खरी बुद्धिमत्ता सूक्ष्म गोष्टींचीही पारख आणि निवड करू शकते.

स्थूल गोष्टी सर्वांनाच ओळखता येतात, परंतु फक्त सूक्ष्म अंतर्दृष्टी लाभलेले लोकच वस्तूंचे अंतर्गत गुणधर्म ओळखू आणि पारखू शकतात. म्हणून व्यक्ती मूलतः काय आहेत ते ओळखून त्यांचा प्रभावीपणे उपयोग करून घेऊ शकणारा नेताच चांगला नेता असतो. असं करताना ते जगात खरोखरच्या मूल्याची निर्मिती करण्याचा दृष्टिकोन बाळगतात. कारण ते दुसऱ्या व्यक्तीच्या क्षमतांना ओळखून त्यांना खुल्या करू शकतात. त्यांच्याकडे असं करण्यासाठी आवश्यक असलेली क्षमता असते. तुम्ही एखाद्याकडे असलेली क्षमता ओळखली तर ते स्वतःच तिच्याविषयी जागरूक होऊ लागतात. काही लोक आपल्याकडच्या क्षमतांविषयी जागरूक नसतात, परंतु ते ज्या वेळी त्यांच्या अंतरंगात नेमकं काय आहे ते ओळखणाऱ्या एखाद्या व्यक्तीच्या सान्निध्यात येतात, त्या वेळी या ओळखीमुळे दोन गोष्टींची निर्मिती होते. पहिली म्हणजे त्या व्यक्तीच्या मनात आत्मविश्वासाची निर्मिती होते आणि दुसरी गोष्ट म्हणजे आपण आपल्या हृदयापासून नेमके कोण आहोत हे ओळखणाऱ्या म्हणजेच आपलं मूळ रूप ओळखणाऱ्या व्यक्तीविषयी त्या व्यक्तीच्या मनात आत्यंतिक विश्वास आणि आदर निर्माण होतो. म्हणून व्यक्ती मूलतः कोण आहे हे ओळखणाऱ्या, तिच्या क्षमतांना आणि वैशिष्ट्यांना ओळखणाऱ्या व्यक्तीच्या सान्निध्यात आल्यानंतर व्यक्तीला आपण अधिक संपूर्ण झाल्यासारखं वाटतं.

आध्यात्मिक मार्गात व्यक्तीनं आखून घेतलेल्या सीमा पार करून व्यक्तीच्या खऱ्या क्षमतेच्या गाभ्यात शिरावं लागतं. महान संघनेत्याचं हे लक्षण असतं. जीवनाच्या सर्व क्षेत्रांमधील नेत्यांना हे लागू पडतं. यात व्यावसायिक, क्रीडा, कला, संगीत, राजकारण या किंवा इतर कोणत्याही क्षेत्राचा समावेश होतो. सूक्ष्म पद्धतीनं बुद्धिमत्ता ओळखण्याची क्षमता ही यातली महत्त्वाची बाब असते.

यातून मूलतः एखाद्या व्यक्तीची क्षमता ओळखणाऱ्याविषयी त्या व्यक्तीच्या मनात निष्ठा निर्माण होते. काही नेते इतरांशी अतिशय सहजतेनं, नैसर्गिकपणे वागत असल्याचं तुम्हाला दिसून येईल. लोक त्यांच्या अंतरंगातील अस्तित्वात जे कोणी असतात ते होण्याची, तसं होण्याची प्रेरणा सहसा असेच नेते लोकांना देतात. आपल्या स्वत्वाच्या संपूर्णत्वाची जाणीव असलेल्या लोकांचा संघ किंवा टीम तुम्ही तयार करता त्या वेळी ज्या व्यक्तीनं त्यांच्या मनातील या भावनेला प्रोत्साहन दिलेलं असतं तिच्याविषयी टीममधील लोकांच्या मनात मोठाच आदर निर्माण होतो.

अशा प्रकारे, माणसाला आपल्या पृथ्वीवरच्या प्रवासात आपल्या अस्तित्वाच्या छुप्या भागांचा सातत्यानं शोध घेत राहावं लागतं. यालाच क्षमतेची जाणीव असं म्हटलं जातं आणि इथेच नेतृत्वाच्या प्रश्नाला सूक्ष्म आयाम प्राप्त होतात. इतर लोक त्यांच्या अस्तित्वाच्या गाभ्यात कसे आहेत ते पाहण्यासाठी त्यांच्यामध्ये अधिक खोलवर जाण्याची क्षमता असणं हेच ते सूक्ष्म आयाम असतात. प्रत्येकाकडेच समान प्रमाणात ही क्षमता नसते. चांगल्या नेत्यांकडे ती असते.

अखेरीस, संघाची उभारणी आणि संघटनेची उभारणी हाच नेतृत्वाचा दृष्टिकोन असतो. काही लोक संघटनेची उभारणी करण्यात अतिशय चांगले असतात, परंतु तुम्ही त्यांच्या मूलभूत गुणधर्माकडे पाहिलं तर तुमच्या असं लक्षात येईल की, संघटनेच्या उभारणीसाठी योग्य व्यक्तींना ओळखण्याची आणि निवडण्याची त्यांच्याकडे क्षमता असते. खरं तर बुद्धिमान, प्रतिभाशाली लोकांमध्ये एकात्मता आणण्यास सक्षम असलेले उत्प्रेरक म्हणून ते काम करतात.

म्हणून, संघात एकात्मता आणू शकणारी व्यक्तीच नेता असते. परंतु ज्या वेळी एकमेकांच्या बुद्धिमत्तेविषयी परस्पर आदर असतो फक्त त्याच वेळी संघात अगर टीममध्ये एकात्मता किंवा ऐक्य निर्माण होतं. परंतु जर टीममध्ये अहंकारामुळे श्रेष्ठत्वाची उतरंड निर्माण झाली असेल, तर ही

गोष्ट घडत नाही. रचनेत, पदांमध्ये अशी श्रेष्ठत्वाची उतरंड असू शकते, परंतु अहंकाराच्या बाबतीत ती असता कामा नये. म्हणजेच वेगवेगळ्या पदांवरच्या लोकांनी आपापल्या अहंकाराला गोंजारत राहून काम करू नये. प्रत्येकाला विशिष्ट काम करावं लागतं. एखाद्याचं काम हे अधिक बौद्धिक स्वरूपाचं असेल आणि एखाद्याचं काम हे अधिक शारीरिक श्रमाचं असू शकेल. परंतु त्या दोघांच्याही मनात परस्परांविषयी आदर असला पाहिजे. जे लोक आपल्या नेतृत्वविषयक कार्यातून आदर्श नेतृत्वाचं उदाहरण घालून देऊन नेतृत्व करतात, तेच महान नेते असतात. अतिशय लहान काम करत असलेल्या लोकांच्या मनातही ते आत्मविश्वास निर्माण करतात, त्यासाठी त्यांना प्रेरणा देतात. म्हणूनच तुम्हाला स्वतंत्र विचारसरणीच्या मोठ्या नेत्यांविषयी आणि व्यावसायिक बुद्धिवंतांविषयीही असं सांगितलं जातं की, कार्यालयाच्या सफाईचं काम करण्यासही ते बिचकत नाहीत. ही गोष्ट त्यांनी प्रामाणिकपणे केली तर त्यामुळे त्यांच्या टीमच्या नजरेत त्यांच्याविषयीचा आदर अधिकच वाढतो. आदर या महत्त्वाच्या शब्दातून निष्ठा निर्माण होते आणि व्यक्तीच्या नेतृत्वाच्या पदाला अधिक जाणीवपूर्वक ओळख व मान्यता प्राप्त होते.

मूलतः एका चांगल्या नेत्याकडे इतर लोकांविषयीची स्फटिकासारखी स्वच्छ अंतर्दृष्टी असते किंवा निदान अशी अंतर्दृष्टी मिळवण्याकरिता त्याने प्रयत्न तरी केले पाहिजेत. स्फटिकासारखी स्वच्छ अंतर्दृष्टी याचा अर्थ व्यक्तीच्या फक्त बाह्य भागाकडे नव्हे, तर अंतर्भागात डोकावण्याची क्षमता असणं असा आहे. लोकांच्या भौतिक गुणधर्मांच्या आधारावर त्यांच्यामध्ये फरक करू नका. प्रत्येक व्यक्तीचं एक विशिष्ट व्यक्तिमत्त्व असतं. विविध मानवी शक्तीना एकत्र आणून विजेती टीम तयार करणं हे नेत्यावर अवलंबून असतं. विविध घटकांच्या शक्तींना एकमेकींशी जोडणं आणि त्यांना एकत्र आणणं म्हणजे नेतृत्व करणं होय. ही गोष्ट विविध नद्यांनी अखेरीस सागराला जाऊन मिळण्यासारखी, सागरात आपापली शक्ती एकत्रित करण्यासाखी असते. नेते या सर्व वेगवेगळ्या बुद्धिमत्तांच्या प्रवाहांना दिशा देतात आणि त्यांना एकाच महासागरात एकत्रित करतात. (हे संघटनेच्या उद्दिष्टाविषयीचं किंवा टीमच्या उदिष्टाविषयीचं रूपक आहे.) ज्या वेळी हे घडतं त्या वेळी त्या टीममध्ये मोठ्या प्रमाणात एकजुटीची किंवा ऐक्याची भावना निर्माण होते. ज्या वेळी प्रत्येक गोष्ट एका सामाईक उद्दिष्टाच्या स्पष्ट दिशेनं एका

विशिष्ट मुक्त प्रवाहातून वाहत असते त्या वेळी तुम्हाला टीममध्ये जिवंत चैतन्य किंवा ऊर्जा असल्याची जाणीव होते. त्यानंतर खरोखरची महान, शक्तिशाली टीम तयार करण्याचं उद्दिष्ट हे फक्त एक स्वप्न नसतं. ते प्रत्यक्षात उतरलेलं असतं. आपण कधीही 'स्वप्नांमध्ये' जगता कामा नये, यावर बुद्धानं नेहमीच भर दिला होता. इथे स्वप्नात जगणं याचा अर्थ प्रक्रियांकडे अतिशय सुस्तावल्यासारखं, मंद पद्धतीनं अर्ध्यामुर्ध्या स्वरूपात पाहणं आणि पुरेशी अंतर्दृष्टी नसणं असा आहे.

बहुतेक लोक बाह्य स्वरूपावरून इतरांचं मूल्यमापन करतात. ते पुरेशा प्रगाढ दृष्टिकोनातून इतरांचा विचार करण्यास समर्थ नसतात. परंतु जे लोक इतरांचा सखोल विचार करतात आणि त्यांच्यातील बुद्धिमत्ता ओळखतात त्यांच्यामुळे लोक हेलावून जातात आणि कार्यरत होतात. जे लोक त्यांच्या मनात आत्मविश्वास निर्माण करतात त्यांच्याविषयी लोकांना नेहमीच आदर वाटतो.

लोक त्यांच्या स्वतःच्या अस्तित्वात जे कोणी असतात त्याच्याशी समरस होणं हा लोकांना आत्मविश्वास मिळवून देण्याचा उत्तम मार्ग आहे. तुम्ही जर हे ओळखलं आणि त्यानुसार कृती करू लागलात तर पृथ्वीवर तुम्ही करू शकत असलेली त्याहून अधिक मोठी अशी कोणतीही सेवा नसेल.

टीमची खरी उभारणी करणारी व्यक्ती इतरांना त्यांच्या उत्तम क्षमतेपर्यंत प्रखरतेनं चमकण्याची मुभा देते. टीममध्ये व्यक्तीच्या अंतर्गत प्रकाशमानतेला एखाद्या महान खजिन्याप्रमाणे चमकू देणारी व्यक्तीच टीमची खरोखरची उभारणी करणारी व्यक्ती असते. ज्या वेळी हाती घेतलेल्या कामात प्रत्येक जणच आपापल्या प्रकाशानं झळाळू लागतो त्या वेळी स्वाभाविकपणेच उद्दिष्टात खूप मोठी स्पष्टता येते. सकारात्मक ऊर्जा एकत्र येतात. त्यानंतर अधिक चांगल्या प्रकारे समस्यांवरच्या उपाययोजना शोधता येतात आणि टीमची चाकं अतिशय सुरळीतपणे पुढे जाऊ लागतात.

अतिशय वाईट प्रकारचा नेता हा त्याच्या टीममधील व्यक्तीला तिच्या दृष्टीनं उचित नसलेलं काम देतो. मूलभूतपणे लोकांना ओळखण्यात चूक करण्याचा हा दोष असतो. म्हणून इथे जाणिवेचा किंवा चेतनेचा प्रश्न निर्माण होतो. दुसरी व्यक्ती नेमकी काय आहे याविषयी पूर्णपणे जाणून घेण्याचा हा प्रश्न असतो. याच्यातूनच विविध व्यक्तींच्या शक्तींना एका संयुक्त संपूर्णत्वात एकत्रित आणून एकाच कामात गुंतवलं जातं. एखाद्या व्यक्तीकडे एखादी

विशिष्ट शक्ती किंवा कौशल्य असेल तर तुम्हाला तिचा संपूर्ण उपयोग करून घ्यावा लागतो आणि त्यामुळे टीमच्या संयुक्त वाढीत किंवा विकासात वाढ होते. टीममधील प्रत्येक योद्ध्याच्या किंवा व्यक्तीच्या वेगवेगळ्या शक्तींची बेरीज करा. त्याच्यातून एका शक्तिशाली लढाऊ शक्तीची निर्मिती होते. एक प्रभावशाली शक्ती, एकात्म शक्ती ही सामाईक उद्दिष्टाच्या दिशेनं सुरळीतपणे जाऊ शकते.

अखेरीस, अशा प्रकारे बुद्धाच्या शिकवणुकी या नेत्यांकरिता अतिशय महत्त्वाच्या आहेत, कारण त्या आपल्याला अंतर्दृष्टीसारख्या गोष्टींविषयी सांगतात. प्रक्रियांकडे आणि लोकांकडे खोलवर पाहण्याचा परिणाम म्हणून त्या निर्माण होतात. तुम्ही जितके जास्त खोलात शिराल तितकी तुम्हाला तुमच्या स्वतःच्या आणि तुमच्या अनुयायांच्या किंवा तुमच्याबरोबरच्या इतर सदस्यांच्या स्वत्वाविषयीचं सत्य ओळखण्याची क्षमता प्राप्त होते. सत्य ओळखणं ही तृप्तता व समाधान मिळवून देणाऱ्या एका सुंदर प्रवासाची सुरुवात असते.

प्रकरण १८

परिपक्व आणि विकासवादी नेते संकुचित व्याख्यांनी संकुचित होत नाहीत

***शिकवण :** दृष्टिकोनाची व्यापकता हा बुद्धाचा महत्त्वाचा गुणधर्म आहे. खरा द्रष्टा नेता होण्यासाठी तुमच्या जाणिवेला ठरावीक मर्यादांमध्ये दडपून टाकण्याऐवजी सर्व गोष्टींविषयीच्या तुमच्या जाणिवेचा विस्तार करा. ज्याप्रमाणे प्रेमाला कुठल्याही मर्यादा नसतात, त्याप्रमाणे जाणिवेलाही कुठल्याच मर्यादा नसतात. ती अमर्याद असते. तिला मर्यादा घालू नका. जाणिवेच्या व्यापकतेमुळे नेत्यांमध्ये द्रष्टेपणाच्या क्षमतेची निर्मिती होते. इतर लोकांना जे दिसतं, त्याच्याही पलीकडच्या गोष्टी ते पाहू शकतात. यामुळे ते अधिक चांगल्या भविष्याचा मार्ग दाखवणारे मार्गदर्शक होऊ शकतात.*

लोकांना व्यापक, वैश्विक, ब्रह्मांडीय दृष्टिकोन विकसित करण्यास लावणं हा बौद्ध धर्माचा एक अत्यंत महत्त्वाचा पैलू आहे. बुद्धाकडे आल्यानंतर त्याच्या शिष्यांना त्यांच्या काही संकुचित व्याख्यांच्या पलीकडे जावंच लागलं. विशेषतः ते स्वतःला ज्या प्रकारे ओळखत होते, ती ओळख त्यांना सोडून द्यावीच लागली. आपण अमुक जातीचे, अमुक धर्माचे वगैरे असल्याचं ते सांगत होते. पण त्यांना ही ओळख सोडून द्यावी लागली.

त्यांना व्यापक जागतिक दृष्टिकोन विकसित आणि विस्तारित करावाच लागला. 'स्वत्वा'विषयीच्या दृष्टिकोनात परिवर्तन घडवून आणावं लागलं. त्यांची स्वत्वाची व्याप्ती व्यापक झाली आणि तिचा परीघ अधिक रुंदावला. विशेषतः सुरुवातीच्या काळात बौद्ध धर्म असाच होता. आपल्या वैयक्तिक उदाहरणातून बुद्धानं लोकांना जाती-धर्म-पंथ यांच्या पलीकडे नेलं. त्याने सर्व जाती-धर्मांच्या आणि पंथांच्या लोकांना बौद्ध धर्मात आणलं. त्याद्वारे बुद्धानं नेतृत्वाचं एक आदर्श परिपूर्ण उदाहरण तयार केलं. त्याच्यातून त्याने महान नेत्याकडे असलाच पाहिजे असा जागतिक, ब्रह्मांडीय आणि वैश्विक दृष्टिकोन मांडला. त्यामधून काहीतरी शिकता येत होतं. खऱ्या विस्ताराचा हा महत्त्वपूर्ण मुद्दा होता.

अंतर्गत विस्तार ही बुद्धाची संकल्पना अतिशय साधी आहे. आपल्यापेक्षा अधिक उच्च असलेल्या एखाद्या गोष्टीविषयी आपल्या मनात कमालीची तळमळ, आसक्ती असेल तर आपण स्वतःचा विस्तार आणि विकास करून घेतो. यामागची बौद्ध कल्पना अशी आहे की, हेतू-प्रेरित कामासाठी आणि इतर गोष्टींसाठी आपण अधिक उच्च सत्याविषयी आसक्ती, सखोल उत्कट इच्छा किंवा तळमळ निर्माण केली पाहिजे. आपण कोण होतो, कुठून आलो होतो, आपले आई-वडील, आपला वंश, धर्म, राष्ट्र इ. सगळ्या गोष्टींच्या व्याख्यांच्या पलीकडे आपण गेलंच पाहिजे. अशा प्रकारेच आपल्या मनाचा विस्तार होतो. यातली औपरोधिक बाब अशी आहे की, आपल्या आजच्या जगात ज्या वेळी संपर्काचा प्रश्न येतो, त्या वेळी आपण मोठ्या प्रमाणात संपर्काच्या जागतिकीकरणाचा उपयोग करून घेतो, परंतु ज्या वेळी आपापल्या समाजांचा किंवा आपल्या तथाकथित ओळखीच्या इतर गोष्टींचा प्रश्न येतो, त्या वेळी बरेचसे लोक आपल्या दुराग्रही विचारांमध्ये अडकून पडल्याचं दिसतं. मात्र एका आधुनिक भविष्याचा वेध घेणाऱ्या नेत्यानं असा विचार करून चालणार नाही. त्याला जगाचं असं विभाजन करून चालणार नाही. त्याचा जगाकडे पाहण्याचा दृष्टिकोन एकसंधपणाचा, अखंडतेचा असला पाहिजे. त्याला देश, विचारसरणी किंवा वंशाची तत्त्वं यांसारख्या सीमित रूपरेषांमध्ये अडकून न पडलेली व्यक्ती व्हावंच लागेल.

भविष्यातील गतिशील नेतृत्वाकरिता विशाल आणि व्यापक दृष्टिकोनाच्या व्यक्तीची आवश्यकता आहे. ज्या वेळी आपली जाणीव आपल्या ओळख तयार करणाऱ्या गोष्टींच्या पलीकडे जाते आणि एखाद्या

अधिक उच्च गोष्टीचा शोध घेऊ लागते व उन्नत होते, त्याच वेळी हे घडून येतं. परंतु तुम्ही संकुचित गोष्टींच्या साहाय्यानं स्वतःची ओळख निश्चित करून संकुचित विचारांचे होणं कधीही उचित नसतं. एक माणूस म्हणून तुम्हाला स्वतःचा विकास करावाच लागतो. स्वतःचा दृष्टिकोन व्यापक करावाच लागतो. स्वतःची ओळख विशिष्ट प्रचलित सामाजिक व्याख्यांच्या साहाय्यानं निश्चित करण्याची आवश्यकता नसते. तसं करणं हा एक प्रकारचा भ्रम आहे, कारण तुमचं स्वरूप असं संकुचित, मर्यादित नाही, ते असीम, अनंत आहे. एक माणूस म्हणून आपण आपला विस्तार व विकास करून घेण्याची गरज असते. अधिक चांगला माणूस होण्यासाठी आपल्या विचारांच्या, कल्पनांच्या सीमा ओलांडून आपल्याला त्यांच्या पलीकडे जावं लागेल आणि आपल्या क्षितिजाला विस्तारित करून आपल्या विचारांच्या व्यापक जगापर्यंत पोहोचावं लागेल. जगाला संकुचित विचारांच्या नेत्यांची फारशी आवश्यकताच नाही. जे नेते आपल्या संपूर्ण ऊर्जेच्या साहाय्यानं काम करू शकतील, सीमांचा विचार न करता लोकांना एकमेकांशी जोडू शकतील, आपल्या मानसिक विभाजनांच्या पलीकडे जाऊन एकजुटीनं काम करतील अशा नेत्यांची जगाला आवश्यकता आहे; अन्यथा, आपल्या अंतर्गत भागातील क्षमता बाहेर पडणार नाहीत. त्यांना तसंच मागे रोखून धरलं जाईल.

लोक आपलं कार्य सहसा पूर्णत्वानं करू शकत नाहीत, कारण आपल्याविषयीच्या विशिष्ट व्याख्यांमध्ये ते कैद झालेले असतात. आपण वैश्विक नागरिक असल्याच्या विचाराशी जुळवून घेणं हा आध्यात्मिक एकात्मतेचा मार्ग आहे. ही अगदीच प्राथमिक गोष्ट आहे. असा ब्रह्मांडीय दृष्टिकोन बाळगून आपण धीटपणानं बाहेर पडून अधिक व्यापक जगाशी आपल्या सर्वश्रेष्ठ बुद्धिमत्ता किंवा प्रतिभा वाटून घेऊ शकतो.

माणसांचा मानसिक विकास आणि माहितीचा विकास यांमध्ये मोठी तफावत आहे. लोकांनी अधिक माहिती गोळा केली आहे, परंतु मानसिकदृष्ट्या आपल्याला विशिष्ट समाजाचे असणं अजूही आवडतं. अशा प्रकारच्या कल्पनांनी आपण अजूनही मर्यादित झालो आहोत. आपल्या स्वतःच्या संस्कृतीकडे किंवा आपल्या स्वतःच्या जीवनमार्गाकडे लक्ष देणं चांगलं असलं तरी यामुळे मानवी जाणिवेचा प्रश्न येतो त्या वेळी आपल्या मनात विभाजन करणारा, फूट पाडणारा मोठा घटक असतो. आपल्या

लक्षातही येण्याच्या आधी आपली जाणीव किंवा चेतना संकुचित होऊन जाते. आपल्या अंतर्गत तृप्ततेच्या आणि क्षमता ओळखण्याच्या संदर्भात ही गोष्ट आपल्याला उपयुक्त ठरत नाही.

गूढ, आध्यात्मिक बौद्ध शिकवणुकीच्या माध्यमातून विचार करता, लोकांमध्ये, समाजांमध्ये, राष्ट्रांमध्ये तुलना करण्याची गरज नसते. मानवतेचा विकास करून घ्यायचा असेल तर अशा काही संकल्पनांना आपल्याला दूर सारावंच लागेल. पृथ्वीमाता हे आपलं सामाईक घर आहे. हे ब्रह्मांड हे आपलं सामाईक घर आहे. असा विचार करणं हाच विकसित, परिपक्व नेत्याचा, भविष्यवादी नेत्याचा मार्ग असतो.

साहजिकच, नेता म्हणून तुम्हाला विकसित व्हायचं असेल तर स्वतःला संकुचित लेबल लावून घेऊ नका आणि संकुचित व्याख्यांमध्ये अडकू नका. मानवनिर्मित सीमांपासून आणि सीमित कल्पनांपासून स्वतःला मुक्त करा. या सीमा आणि सीमित कल्पना, संकुचित विचार इतरांशी होत असलेल्या तुमच्या संवादात कोणत्या ना कोणत्या प्रकारे अडथळा आणतात. 'ब्रह्मांडीय दृष्टिकोन' नसण्याची मानसिक पातळीवरची समस्या ही पुढील कारणानं उद्‌भवते. आपल्यासारख्या पार्श्वभूमीतून न आलेल्या लोकांविषयी आपल्या मनात अविश्वास असतो. आपण त्यांच्याशी खुलेपणानं आणि जितक्या मुक्तपणे संवाद साधला पाहिजे, तितक्या मुक्तपणे आणि खुलेपणानं बहुधा संवाद साधत नाही. परंतु समोर असलेल्या सर्वांशी मोकळेपणानं संवाद आणि संपर्क साधू शकणारा नेता हाच महान नेता असतो. जणूकाही आपण बोलत असलेल्या व्यक्तीची पार्श्वभूमी, त्यांचा दृष्टिकोन इत्यादी गोष्टी आपल्याला माहीत आहेत आणि त्यांच्याविषयी आपल्या मनात सहानुभूती आहे, अशा प्रकारे महान नेता प्रत्येकाशी खुलेपणानं बोलतो. सर्व प्रकारच्या नेतृत्वांमध्ये या प्रकारची सकारात्मता दिसून येणं आवश्यक असतं. मग ते नेतृत्व संघटनात्मक, व्यावसायिक, राजकीय किंवा इतर कोणत्याही पातळीवरचं असलं तरी ते असंच असलं पाहिजे. नेत्यांनी स्वतःला आणि सर्वांना माणूस म्हणूनच ओळखलं पाहिजे.

या गोष्टीतील सत्य असं आहे की, आपण अमुक एका संप्रदायाचे, विशिष्ट राष्ट्राचे आहोत या विचारानं कित्येक शतकांपासून आणि खरं तर कित्येक सहस्रकांपासून माणसाचं मन दडपलं गेलं आहे. ही गोष्ट लोकांमध्ये इतकी सखोल रुजली आहे की, इतर वेळी अतिशय बुद्धिमान असलेले

लोकही– त्यांना ते जे कोणी आहेत असं सांगण्यात आलेलं असतं, तेच आपण आहोत यावर विश्वास ठेवू लागतात. परंतु एक गोष्ट लक्षात ठेवा. तुम्हाला समाज जे सांगतो, त्याहून तुम्ही अधिक कोणीतरी आहात. ब्रह्मांड या अद्भुत विशालत्वाचा तुम्ही एक भाग आहात. म्हणून हे जाणून घेऊन तुम्हाला अंतर्गत आणि बाह्य अशा दोन्ही भागांत विकास करून घेण्याची मुभा मिळेल अशा पद्धतीनं सर्व गोष्टींकडे पहा.

वाढ किंवा विकास हा नेहमीच स्वातंत्र्यातून होतो. तुम्हाला वाढीसाठी जितकं मोठं अवकाश मिळेल; तितकी तुमची अधिक वाढ होईल. गोष्टींना मर्यादा घातल्या तर त्यांना वाढीची मुभा मिळत नाही. म्हणून तुमच्या जाणिवेत तुम्हाला जागा सापडली, म्हणजेच दुसऱ्या शब्दांत तुम्ही राष्ट्र, राज्य, वंश, धर्म आणि इतर तत्सम गोष्टींमध्ये कैद झालेले नसाल तर तुम्हाला विकास करून घेणं अधिक सोपं जातं आणि महान नेतृत्व हे विकास करणारंच असतं. स्वतःची आणि ते नेतृत्व करत असलेल्या सर्वांची वाढ करणं आणि विकास घडवून आणणं हेच महान नेतृत्वाचं कार्य असतं. आता आणखी एक प्रकारचं नेतृत्व असतं. ते नकारात्मक असतं. या प्रकारचं नेतृत्व हे लोकांमध्ये अधिकाधिक फूट पाडून स्वतःची भरभराट करून घेतं. ते लोकांना विशिष्ट संकुचित विचारसरणींमध्ये आणि विचारांमध्ये मर्यादित करून टाकतं. परंतु, या प्रकारचं नेतृत्व हे सकारात्मक किंवा व्यापक स्वरूपाचं नसतं आणि त्याची जगाला गरज नसते. अशा प्रकारच्या नेतृत्वामुळे पृथ्वी अधिक चांगली होत नाही किंवा व्यक्तीला वैयक्तिक यशाची आणि समाधानाची किंवा तृप्तेची अधिक चांगली जाणीवही होत नाही. अस्तित्वाच्या अधिक व्यापक व्याप्ती लक्षात ठेवल्या, त्यांना विसरलं गेलं नाही तर व्यक्तीला खरोखरच मोठी मदत होते. स्वतःला मनापासूनच विश्वाचे नागरिक समजा. त्यानंतरच तुम्ही सीमांच्या अडथळ्यांतून मुक्त व्हाल आणि तुमच्यामध्ये खरोखरची सर्जनशीलता निर्माण होईल.

जीवनात मूल्यवान असलेल्या सगळ्या गोष्टी या मनाच्या दडपशाहीवर मात करून शोधता येतात. संकुचित व्याख्या नेहमीच मनाला दडपून टाकतात. लोकांची मनं इतक्या प्रमाणात खुली करावीत की, त्यांना आपण संपूर्ण ब्रह्मांडाचा एक भाग आहोत याची जाणीव झाली पाहिजे, हा बुद्धाच्या दृष्टिकोनाचा मार्ग आहे. या मार्गानं जीवनाच्या संपूर्ण ऊर्जेत परिवर्तन घडून येतं. आपला कायापालट होतो. आपला दृष्टिकोन सर्जनशील होतो. आपण

कोणत्या तरी अधिक महान गोष्टीचा एक भाग होतो. याच्यातूनच अधिक उच्च गोष्टी प्राप्त करून घेण्याची तळमळ आणि महान ऊर्जा आपल्या मनात निर्माण होते. त्यानंतर आपण ज्या ज्या गोष्टींनी आपल्याला ओळखत होतो त्या गोष्टी ही आपली खरोखरची ओळख नाही, आपण त्याहूनही अधिक कोणीतरी आहोत हे पाहण्यासाठी आपण पुढे जातो.

या कारणांमुळेच आपल्या विविध विचारसरणींच्या किंवा जाणतेपणी किंवा अजाणतेपणी आपल्या मनात खोलवर रुतून बसलेल्या आपल्या दुराग्रहांच्या दुष्टिकोनच्या भागांमधून आपण यापुढे जगाकडे पाहता कामा नये. आता एक पाऊल खुल्या अवकाशात टाकून जीवनाच्या समग्रतेकडे पाहिलं पाहिजे, कारण त्याच वेळी माणूस म्हणून आपण अधिक 'संपूर्ण' होण्याच्या दृष्टीनं वाटचाल करू लागू. परिणामी, नेता म्हणून आपल्या क्षमतांनुरूप किंवा आयुष्यातील आपल्या स्थितींनुरूप आपलं कार्य आपण अधिक समग्रतेनं आणि परिपूर्णतेनं करू लागू.

प्रकरण १९

सामान्य नेते भीती दाखवून नेतृत्व करतात, महान नेते द्रष्टेपणानं नेतृत्व करतात

***शिकवण :** व्यक्ती जितकी अधिक मोठी किंवा महान असते, तितक्या अधिक प्रमाणात तिला भीतीवर अवलंबून राहावं लागत नाही. आध्यात्मिकदृष्ट्या विकसित नेतृत्वासाठीचा हा सुवर्णनियम आहे हे लक्षात ठेवा. बुद्धाच्या सामाजिक द्रष्टेपणाचं हे प्रमुख तत्त्व आहे.*

''आपल्या कर्मांच्या फळातून सुटका करून घेणं
अशक्य असल्यामुळे सत्कर्मंच करू या.''
–गौतम बुद्ध

बहुतेक लोक भीती घालून किंवा प्रलोभनं दाखवून इतरांचं नेतृत्व करतात, हे अगदी मूलभूत सामान्यज्ञान आहे. ही गोष्ट आपल्याला कुठेही दिसते. तुम्ही धार्मिक, व्यावसायिक, राजकीय अशा कोणत्याही क्षेत्रातील नेत्यांकडे पाहिलं तरी तुम्हाला ही गोष्ट दिसून येईल. त्यांच्यापैकी अनेक जण दोन क्लृप्त्यांचा वापर करतात. एक तर ते लोकांना कोणत्या ना कोणत्या प्रकारच्या दुःखाची (उदा., नरक) भीती घालतात किंवा कोणत्यातरी बक्षिसाची (सुखाची, रूपकात्मकदृष्ट्या स्वर्गाची) प्रलोभनं दाखवतात.

अशा प्रकारचं नेतृत्व हे द्रष्टं नेतृत्व नसतं. बुद्धाचा धर्म हा क्रांतिकारक होता, कारण तो देवाच्या भीतीवर अवलंबून नव्हता. तो फक्त आत्मजाणीव करून घेण्यावर अवलंबून होता. म्हणूनच आध्यात्मिक मार्गदर्शक किंवा गुरू म्हणून बुद्धानं क्रांतिकारक भूमिका बजावल्याचं मानलं जातं. धर्म आपल्याला सांगत असलेल्या अनेक गोष्टींपासून तो दूर गेला होता. मृत्यूनंतरच्या जीवनात मिळणारी शिक्षा आणि बक्षीस इ. गोष्टी त्याने सांगितल्या नाहीत. त्याऐवजी त्याने अतिशय द्रष्टेपणाच्या गोष्टीवर भर दिला. त्याने आत्मानुभूती आणि बुद्धत्व या गोष्टींवर भर दिला. भीतीवर किंवा लोभावर तुमच्या प्रेरणा आधारित असू नयेत असं त्याच्यातून सूचित होतं. प्रत्यक्षात त्या त्याहूनही अधिक उच्च असलेल्या गोष्टीवर आधारित असल्या पाहिजेत आणि या अधिक उच्च गोष्टीला दृष्टीचं शुद्धीकरण (दृष्टीसुद्धी) असं म्हटलं जातं.

सर्व प्रकारचं उद्दिष्टकेंद्रित नेतृत्व हे द्रष्टेपणावर केंद्रित झालेलं नेतृत्व असतं. तुमच्या अधिक उच्च स्वत्वाच्या अनुभवातून ते प्राप्त होतं. अशा प्रकारचं नेतृत्व दुर्मीळ असतं. या नेतृत्वात व्यक्तींना प्रत्यक्ष उद्दिष्टाविषयी निष्ठावान करण्यासाठी किंवा त्यांना त्यांच्या सर्वोच्च प्रेरणेचं अनुकरण करण्यासाठी नेता त्यांच्यामध्ये प्रेरणा बिंबवतो आणि त्यांच्याकडून सामाईक उद्दिष्ट साध्य करून घेतो. इलॉन मस्क हे आधुनिक जगातील चांगलं उदाहरण आहे. तो असाच द्रष्टा नेता आहे. त्याला उच्चतर गोष्टीविषयीच्या दृष्टिकोनाच्या माध्यमातून इतरांना प्रेरणा किंवा स्फूर्ती देण्यासाठी ओळखलं जातं. मग ते मंगळावर वसाहती करणं असो, अंतराळ प्रवास असो किंवा सर्व वाहनांना विद्युत ऊर्जेनं प्रभारित करण्याची कल्पना असो! त्याच्या सांघिक कामाचा नमुना असा होता की, त्याच्या दृष्टिकोनाभोवती, त्याच्या द्रष्टेपणाभोवती लोक गोळा होत होते. त्यांचा त्याच्या द्रष्टेपणावर विश्वास होता. त्याच्या द्रष्टेपणाविषयीच्या या विश्वासामुळेच तो असामान्य नेता झाला. अशा प्रकारचं नेतृत्व हे फक्त विश्वाच्या भावी कल्याणासाठीच आवश्यक नाही, तर त्याबरोबरच आजच्या मानवतेसाठीही ते आवश्यक आहे. खरं म्हणजे आपल्याला मानव प्रजाती म्हणून टिकून राहायचं असेल तर त्यासाठीही ही गोष्ट गरजेची आहे.

इतिहासात आपण पुरेशा प्रमाणात हे पाहिलं आहे की, बक्षिसाचं गाजर आणि शिक्षेची काठी हाती घेतलेले अनेक नेते होऊन गेले. मग ते राजे असोत, सम्राट असोत, मंत्री असोत किंवा इतर प्रकारचे नेते असोत! एका बाजूला बक्षीस म्हणून दाखवलं गेलेलं गाजर मोहात पाडणारं असतं

आणि दुसरीकडे त्यांच्या दुसऱ्या हातात कोणत्या ना कोणत्या प्रकारे लोकांना मारहाण करण्यासाठी काठी असत.

परंतु याच्यातून नेतृत्वाच्या द्रष्टेपणाची मोठीच उणीव दृग्गोचर होते. आपल्याला नेतृत्वाच्या समृद्ध द्रष्टेपणाची गरज आहे. एक प्रेरणादायी नेता व्हा. तुमच्या स्वतःच्या कल्पना या इतक्या शक्तीशाली आणि समृद्ध असल्या पाहिजेत की, त्यांनी चुंबकासारखं काम केलं पाहिजे. त्या कल्पनांमुळे लोक तुमच्या भोवती गोळा होतील आणि तुम्हाला पाठबळ देतील.

लोकांना प्रेरणादायक वाटावं अशा प्रकारचा सकारात्मकतेच्या ऊर्जेनं भारलेला दृष्टिकोन तयार करा. भविष्यातील कामाचा नमुना (मॉडेल) हा मानवी कल्याणाकरिताच तयार करण्यात आला पाहिजे. मग तो मालाच्या किंवा सेवांच्या स्वरूपातील किंवा उमद्या दृष्टिकोनाच्या स्वरूपातील असला तरी त्याने काहीही फरक पडणार नाही. मानवतेला मनो–आध्यात्मिक पातळीवर प्रेरणा द्या, लोकांच्या निम्न स्तरावरच्या प्रेरणांशी खेळ करू नका. हा आध्यात्मिक दृष्टिकोन आहे. हा गूढ दृष्टिकोन आहे. अन्यथा गूढ किंवा आध्यात्मिक दृष्टिकोनाची आपल्याला काहीच गरज असणार नाही, मग अशा वेळी आपण आतापर्यंत मनुष्य प्रजाती म्हणून नेहमीच जसे वागत आलो आहोत, तसेच वागत राहू. परंतु हा इथला मुद्दाच नाही. तुमच्या स्वतःच्या क्षमतेच्या चरम सीमेपर्यंत पोहोचण्याची शक्यता गृहीत धरून त्याकरिता कार्य करणं हा यातला खरा मुद्दा आहे. या शक्यतेतून इतरांनाही त्यांच्या क्षमतांच्या चरम सीमेपर्यंत नेण्यासाठी त्यांचं नेतृत्व करण्याची शक्यता निर्माण होते. हे बुद्धिमान नेतृत्व असतं. ते उमदं नेतृत्व असतं. इथे नेत्याची सगळी ऊर्जा अधिक उच्च, श्रेष्ठ कारणाकरिता वाहिलेली असते.

'आत्मज्ञानप्राप्ती' (सम्मासम्बोधी) हे बुद्धाचं ध्येय होतं. म्हणजेच स्वत्वाचं आणि अस्तित्वाचं सत्य जाणून घेणं हे त्याचं ध्येय होतं. अधिक भौतिक आणि ऐहिक पातळीवर विचार करता, एखाद्या ग्राहकाचं किंवा लोकांच्या गटाचं दुःख दूर करणं, त्यांच्या समस्येचं निराकरण करणं हे एखाद्या व्यावसायिक नेत्याचं उद्दिष्ट असू शकेल. राजकीय नेता असेल तर त्याच्या पदाला धोका निर्माण झाला तरी त्याचा विचार न करता, निर्माण झालेल्या त्रस्ततांना शांत करणं हे त्याचं उद्दिष्ट असू शकेल. जर या सकारात्मक प्रेरणांमधून व्यक्तीच्या मनात द्रष्टेपणा निर्माण होऊ शकला तर ते नेतृत्व अनुकरणीय असतं.

व्यवहार्य जगात तुम्हाला सकारात्मक आणि नकारात्मक अशा दोन्ही पैलूंचं मिश्रण असलेले अनेक लोक दिसतील. महान अलेक्झांडरसारख्या नेत्याचा विचार करा. त्याचा दृष्टिकोन असामान्य होता. तो जगाला एकसंध, अखंड करेल यावर त्याच्या सैन्याचा विश्वास होता. चंगीझ खानाच्या बाबतीतही हीच गोष्ट लागू पडते. त्यानेही आपण जगाला अखंड करणार असल्याचं, संपूर्ण जगाला एकमेकाशी जोडणार असल्याचं मंगोलियन लोकांना सांगितलं होतं. परंतु त्याचा परिणाम असा झाला की, या लोकांच्या नेतृत्वाच्या तथाकथित 'द्रष्टेपणा'मुळे लाखो लोक मृत्युमुखी पडले. म्हणून हे खऱ्या अर्थानं अनुकरणीय उदाहरण नाही. त्यांच्या स्वतःच्या पद्धतीनं ते यशस्वी झाले असले तरी त्यांच्या कल्पना खऱ्या अर्थानं जनकल्याणाच्या दृष्टीनं समर्पक ठरल्या नाहीत.

याच प्रकारे स्टीव्ह जॉब्जलासुद्धा लोकांच्या मनात घबराट निर्माण करण्यासाठी ओळखलं जात होतं. अर्थातच, या आक्रमकांनी केलेल्या नकारात्मक गोष्टींसारखी कोणतीही गोष्ट त्याने केली नाही. परंतु तरीही त्यात नेहमीच भीतीचा घटक होताच. ही गोष्ट त्याच्या निर्णयप्रक्रियेशी मोठ्या प्रमाणात संबंधित होती. मात्र, तिच्यात इतर कोणाहीविषयीच्या द्वेषाचा समावेश नव्हता. इतर लोकांची जीवनं नष्ट करण्याच्या इच्छेतून त्याने ते निर्णय घेतले नव्हते. ही एक स्पष्ट निर्णयप्रक्रिया होती आणि व्यावसायिक उद्दिष्टाच्या दृष्टीनं उत्तम असलेली गोष्ट करण्याशी तिचा संबंध होता. तंत्रज्ञानाच्या जगात तग धरून राहणं कठीण असतं, कारण तिथे तुम्हाला संपूर्ण जगाचं लक्ष वेधून घेणारं, अत्यंत नवीन आणि आगळंवेगळं असं काहीतरी करून दाखवणं भागच असतं. म्हणूनच बहुधा त्याच्या विरोधकांनी आणि प्रतिस्पर्ध्यांनीही त्याला माफ केलं. त्याच्या दृष्टिकोनातून त्याने लोकांना मोठ्या प्रमाणात सकारात्मक प्रेरणा दिली. झेन बौद्ध धर्माचं संपूर्ण आयुष्यभर तो पालन करत होता हा निव्वळ योगायोग नव्हता. त्याने बौद्ध विचारसरणीचा स्वीकार केला होता. म्हणून तो एक चांगलं अनुकरणीय उदाहरण आहे. याचा अर्थ नेत्यानं संतप्त होणं किंवा कडकपणानं वागणं सोडून द्यावं असा होत नाही. कठोरपणे, संघटितपणे आणि शिस्तबद्धपणे वागणं हा प्रक्रियेचा एक भाग आहे.

ही गोष्ट संघातील बौद्ध भिक्षूंसारखी आहे. तिथे शिस्तपालनाचे अनेक कठोर नियम होते. तिथे मोठ्या प्रमाणात एक प्रकारची यंत्रणा राबवली

जात होती, कारण काही वेळा अशा यंत्रणेची संघटनेला मदत होते आणि संघटनेतील व्यक्ती उद्दिष्टं साध्य करतात. म्हणून यंत्रणा असेल तर तिच्या माध्यमातून, संघटित प्रयत्नांमधून अधिक प्रमाणातील विकास घडून येतो. म्हणून यंत्रणेची चिंता करू नका. परंतु भीती आणि प्रलोभनं या नेतृत्वाच्या प्राथमिक शस्त्रांचा वापर करून त्यांच्या माध्यमातून आतूनच दिवाळखोरीकडे जाऊ नका.

प्रत्येकामध्ये कोणती ना कोणती असामान्य गोष्ट असते आणि बहुतेकांकडे जगाबरोबर त्यांच्यातील हा अद्वितीयपणा, ही असामान्य गोष्ट वाटून घेण्याची क्षमता असते. म्हणून तुमच्या दृष्टिकोनाचं असामान्यत्वही जगाबरोबर वाटून घ्या. ते अधिकाधिक लोकांना सांगा. त्यानंतर लोक त्याच्याकडे आकर्षित होत असल्याचं तुमच्या लक्षात येईल. तुमच्याकडे आपल्या सकारात्मक दृष्टिकोनाला लोकांसमवेत वाटून घेण्याची तळमळ असेल, उत्कट इच्छा असेल तर सकारात्मकता असलेले अनेक लोक असतात. म्हणून हा फक्त त्यांच्यापर्यंत पोहोचण्याचा प्रश्न आहे. तुम्हाला वेगळ्या दृष्टिकोनाचा शोध लावण्याची गरज नसते. तुमचा दृष्टिकोन हा तुम्ही जे कोणी असता त्याचाच विस्तारित भाग असतो. खरं तर ती तुमचा खरोखरचा विश्वास असलेली गोष्ट असू द्या. तुमचा विश्वास असलेल्या काही गोष्टींचा विचार करा. त्यांची यादी तयार करा. तुम्ही लोकांपर्यंत अधिक चांगल्या गोष्टी कशा नेऊ शकाल, समस्या अधिक चांगल्या प्रकारे कशा सोडवू शकाल, या संदर्भातील तुमचा विश्वास असलेल्या मूल्यांचा विचार करा. लिहून काढणं आणि यादी करणं याच प्रक्रियेतून तुमच्या मनात मोठी स्पष्टता निर्माण होईल. ते खुलं होईल. त्यानंतर तुम्ही विचार केलेल्या किंवा बोललेल्या विशिष्ट गोष्टींमधून इतरांना स्फूर्ती मिळू शकेल हे तुमच्या लक्षात येईल. तुम्ही जर इतरांना प्रेरणा किंवा स्फूर्ती देऊ शकलात तर तुम्ही आपोआपच नेता व्हाल.

इतरांना प्रेरणा देणं म्हणजेच नेतृत्व करणं होय. म्हणून आपल्या उमद्या दृष्टिकोनातून इतरांना प्रेरणा देणारा आणि सक्रिय करणारा नेता व्हा. भीती आणि लोभ किंवा मोह यांच्यामुळे लोकांच्या मनात फक्त त्रस्तता निर्माण होते. ती अविवेकी, बुद्धिभ्रष्ट नेत्याची साधनं असतात. असा बुद्धिभ्रष्ट नेता हा अंतिमतः कधीही खरोखरचा यशस्वी होत नाही. कारण त्याला अल्पकालीन यश मिळालं तरी मनःशांती मिळत नाही. अनुकरणीय नेतृत्व म्हणून अशा

नेतृत्वाचा आपण विचार करत नाही. महान नेता त्याच्या क्षमतेनुसार अधिक चांगल्या बाह्य जगाची निर्मिती करतो. परंतु, त्याआधी तो आपल्या स्वतःच्या अंतरात, स्वतःच्या अंतर्यामी अधिक चांगल्या जगाची निर्मिती करतो. ही गोष्ट लक्षात ठेवली पाहिजे आणि म्हणूनच बुद्धाची आध्यात्मिकता ही जीवनात आणि नेतृत्वाच्या क्षेत्रात यश मिळवण्यासाठी इतकी महत्त्वाची मानली जाते.

प्रकरण २०

महान तत्त्वप्रणालींमुळे मोठे संभ्रम निर्माण होऊ शकतात

शिकवण : *बुद्धाचा मार्ग हा विचारांच्या आणि तत्त्वप्रणालींच्या किंवा विचारसरणींच्या पलीकडचा आहे. तो मुक्त, अमर्याद आणि बंधनरहित आहे. आपण आत्मजाणिवेच्या किंवा आत्मबोधाच्या स्पष्टतेच्या आकाशात मुक्त विहार करावा ही बुद्धाच्या संदेशाची नेमकी मूलभूत कल्पना आहे. बुद्धाच्या दृष्टिकोनातून, सर्व तत्त्वप्रणाली या फक्त सत्याला धाडसानं थेट समोरासमोर तोंड देणं टाळून, त्यापासून मानसिक सुटका करून घेण्याच्या पलायनवादी यंत्रणा आहेत. बुद्धाचा मार्ग हा सर्व परिस्थितींना धीटपणे, धाडसानं तोंड देण्यास सांगतो. प्रसन्नतेनं आणि शांतपणे या परिस्थितींना थेट भिडा, असं तो सांगतो. हा महान योद्ध्याचा आणि महान नेत्याचा खरा मार्ग आहे.*

तत्त्वप्रणाली हे आंतरराष्ट्रीय नेत्यांनी सर्वसामान्यपणे सर्वाधिक दुरुपयोग करून घेतलेलं साधन आहे. विशेषतः जगाच्या इतिहासात सर्वत्र, राजकीय नेत्यांनी विशिष्ट नेतृत्व विकण्यासाठी तत्त्वप्रणालीचा वापर केल्याचं तुम्हाला दिसून येईल. मग ती विचारसरणी किंवा तत्त्वप्रणाली ही मार्क्सवादी, साम्यवादी, भांडवलवादी, जहाल किंवा इतर कोणत्याही प्रकारची असेल! ही गोष्ट लोकांना

नंदनवनाचं म्हणजेच संपूर्ण सुखी आदर्श समाजाचं स्वप्न विकण्याशी संबंधित आहे. ॲडॉल्फ हिटलरनं हेच केलं. त्याने हजारो वर्षांपर्यंत खात्रीपूर्वक विकलं जाईल असं 'राईश'चं म्हणजे राष्ट्राचं स्वप्न विकलं. लोकांना तत्त्वप्रणालींमध्ये किंवा विचारसरणींमध्ये अत्यानंद लाभतो. ते त्यांच्याकडे आकर्षित होतात आणि त्यांच्यामुळे मंत्रमुग्ध होतात. परंतु अखेरीस त्यांच्यातून खूप मोठे संभ्रम निर्माण होतात, कारण त्याच्यातून कुठेही अंतिम उपाययोजना सापडत नाही. कोणत्याही तत्त्वप्रणालीतून कधीही अशी कोणतीही एखादी उपाययोजना सांगितल्याचं आढळत नाही. प्रत्यक्षात कोणतीही तत्त्वप्रणाली फक्त परिपूर्णतेचं वचन देते परंतु परिपूर्णता प्राप्त करण्यात अपयशी ठरते. माणूस म्हणून आपण परिपूर्ण नाही हे यामागचं साधं कारण आहे.

गौतम बुद्धानं कोणत्याही तत्त्वप्रणालीवर किंवा विचारसरणीवर कधीही विश्वास ठेवला नव्हता. खरं म्हणजे त्याने याच्या विरुद्ध गोष्ट केली होती. होय, त्याच्या शिष्यांना त्याने एक 'व्यवस्था किंवा प्रणाली' नक्कीच दिली होती. पण ती ध्यानाची आणि त्यानंतरच्या काही गोष्टींची होती. परंतु त्याने त्यांच्यावर कधीही तत्त्वप्रणालीचं किंवा विचारसरणीचं किंवा रूढी-परंपरांचं मोठं ओझं लादलं नव्हतं. त्याने असं केलं असतं तर त्यामुळे संघाच्या मूळ उद्दिष्टाचाच पराभव झाला असता. संघात त्याचे शिष्य अंतिम ज्ञानप्राप्ती करून घेऊन मुक्त होत होते. ते 'अटी आणि शर्तीं'च्या विळख्यात अडकून पडत नव्हते. हीच गोष्ट खरं म्हणजे सर्व मूळ 'गूढ आध्यात्मवादी धार्मिक मार्गां'च्या बाबतीतही खरी आहे. त्यांचे संस्थापक द्रष्टे लोक मरण पावल्यानंतर खूप वर्षांनी त्या-त्या धर्मांनी त्यांच्या अनुयायांवर कठोर तत्त्वप्रणाली किंवा विचार लादून त्यांच्यावर नियंत्रण मिळवण्यास प्रारंभ केला. मात्र, नेत्यांसाठी विचारसरणी किंवा तत्त्वप्रणाली या नेहमीच चांगल्या ठरल्या आहेत. मग ते व्यावसायिक नेते असोत, विचारवंत असोत किंवा इतर कोणत्याही क्षेत्रातील नेते असोत! मात्र, सुरुवातीच्या काळापासूनच नेत्याला प्रामाणिकपणे वागायचं असेल, दीर्घ काळापर्यंत खऱ्या अर्थानं आपल्या मूल्याशी प्रामाणिक राहायचं असेल तर, कोणतीही विचारसरणी कितीही महान वाटली तरी ती न वापरणंच त्याच्या दृष्टीनं योग्य ठरतं. असे नेते महान असतात. त्यांनी तत्त्वप्रणालींऐवजी टिकाऊ, शाश्वत मूल्यांवर भर दिला पाहिजे. उदाहरणार्थ, साहसीपणाचं मूल्य. आता साहसाचं मूल्य हे कोणत्याही विशिष्ट विचारसरणीचं मूल्य नाही. त्याला मूलभूत मानवी मूल्य

म्हणता येईल. बुद्ध नेहमीच असं म्हणत असे की, मार्गावरून चालणाऱ्या व्यक्तीकडे ज्या मूलभूत गोष्टी असण्याची गरज असते त्यांत साहस हे एक मूल्य आहे. मग ती व्यक्ती एखादा योद्धा किंवा गृहस्थाश्रमी व्यक्ती किंवा व्यावसायिक अगर राजकीय वर्तुळातील नेता किंवा संन्यासी असली तरी त्याने काहीही फरक पडत नाही. तिच्याकडे साहस असावंच लागतं. साहसाला कोणतीही विचारप्रणाली असं म्हणता येणार नाही, ते मूलभूत मानवी मूल्य आहे. म्हणून नेहमीच विचारसरणींची किंवा तत्त्वप्रणालींची निवड करू नका, त्याऐवजी मूल्यांची निवड करा.

विचारसरणी किंवा तत्त्वप्रणाली नेत्यांप्रमाणेच त्यांच्या अनुयायांचा अहंकारही वाढवतात, ही अनिष्ट गोष्ट आहे. फक्त त्या विचारसरणीच्या वर्तुळातील लोकांशी जोडले गेल्यामुळे, त्या विचारसरणीच्या समाजाचा सदस्य असल्यामुळेसुद्धा त्यांना आपण खूपच वेगळे, महान लोक आहोत असं वाटू लागतं. परंतु एका कृत्रिम गोष्टीच्या ओझ्याखाली आपण दबले गेलो आहोत हे त्यांच्या लक्षात येत नाही. सर्वांशी मिळून मिसळून, सहजतेनं वागण्याची, काम करण्याची क्षमता हीच मानवतेला खरोखरची मदत करते. इतरांशी मिळून-मिसळून वागण्यासाठी आपल्याला पहिल्यांदा आपली तत्त्वप्रणाली सोडून द्यावी लागते आणि मानवी मूल्यांवर लक्ष एकवटावं लागतं. जर तसं झालं नाही तर विविध विचारसरणींच्या लोकांमध्ये संघर्ष निर्माण होणं ही अटळ गोष्ट असते. व्यक्ती म्हणून सर्वांनी एकत्रितपणे एक टीम म्हणून तुमच्या मूल्यांशी प्रामाणिकपणे बांधील राहावं लागतं. त्यानंतर तुम्ही अधिक समाधान देणाऱ्या परिपूर्ण योजनेकडे जाऊ शकता.

प्रत्येक माणूस कामात विशिष्ट मूल्यं आणतो. भिन्न मतांवर वाद घालत बसण्याऐवजी त्या मूल्यांवर लक्ष एकवटा. आजच्या जगात तुम्हाला असं दिसून येईल की, प्रत्येक व्यावसायिक संघटनेत, प्रत्येक शाळेत, प्रत्येक शैक्षणिक संस्थेत राजकारणावर चर्चा केली जाते. यामुळे लोक एकमेकांबरोबर वागताना अत्यंत तणावपूर्ण परिस्थितीत असतात. लोक एकमेकांबरोबर निश्चितपणे वागत नाहीत. ते एकमेकांबरोबर सहजपणे काम करू शकत नाहीत आणि त्याच्यातूनच सांघिक कामात समस्या उद्भवतात. सांघिक काम किंवा टीमवर्क याचा अर्थच मुळात लोकांना एकमेकांबरोबर सहजपणे काम करायला लावणं असा आहे. म्हणून तत्त्वप्रणालींविषयीच्या विक्षिप्त स्वामित्वाच्या भावनेवर भर देण्याऐवजी लोकांमधील नैसर्गिक संवादावर भर

देणं ही गोष्ट मानवतेच्या दृष्टीनं महत्त्वाची आहे. त्याबरोबरच ती संघटनेसाठी किंवा संस्थेसाठीही महत्त्वाची आहे. लोकांमधील नैसर्गिक संवाद, संपर्क हा निकोप असतो. त्याच्यातूनच सर्वसामान्य स्वाभाविक समाजाची निर्मिती होते. मात्र विभिन्न विचारसरणींमध्ये किंवा तत्त्वप्रणालींमध्ये विभाजित झालेला आणि विविध दृष्टिकोनांकरिता एकमेकांशी सदासर्वकाळ भांडत असलेला समाज ही गोष्ट विचित्र असते, ती सर्वसामान्य नसते. ही गोष्ट कधीही उपयुक्त ठरत नाही. तिच्यातून फक्त अधिकाधिक संभ्रम, गोंधळ आणि असमतोल निर्माण होतो. अगदी एका संघटनेतसुद्धा तुम्हाला असे असमतोल दिसून येतात.

लोकांमधील मुख्य समस्या अशी आहे की, ते आपली विचारसरणी दुसऱ्याच्या विचारसरणीहून भिन्न आहे असा विचार करतात. मग ती धार्मिक, राजकीय किंवा आर्थिक अशा कोणत्याही क्षेत्रातील विचारसरणी किंवा तत्त्वप्रणाली असू शकते. मात्र, अशा प्रकारे एकमेकांशी भांडण्याचं, लढण्याचं काहीच कारण नसतं. एकूणच सामुदायिक पातळीवर सहजता असण्याची आवश्यकता असते. तरच सामुदायिक उद्दिष्टाच्या दिशेनं सामुदायिकपणे जाणं शक्य होतं. शक्य तितक्या सहजतेनं सामुदायिक उद्दिष्ट साध्य करण्यासाठी उत्तेजन देणारी व्यक्ती नेता असते. तो किंवा ती असं प्रोत्साहन देतात आणि संघटनेची चाकं सुरळीतपणे चालू राहतील याकरिताही उत्तेजन देतात आणि तसं घडत असल्याची खात्री करून घेतात. संघटनेतील लोकांमधील तंट्यांमुळे, मतभेदांमुळे पुनःपुन्हा संघटनेच्या कामकाजाला खीळ बसणार नाही याची ते काळजी घेतात. आजच्या जगात, धार्मिकतेवर श्रद्धा असलेले लोक नास्तिकाला बिलकूल सहन करू शकत नाहीत, त्याच्याशी जुळवून घेऊ शकत नाहीत. साम्यवादी लोक लोकशाहीवाद्यांना सहन करू शकत नाहीत किंवा त्यांच्याशी जुळवून घेऊ शकत नाहीत. धार्मिक लोक आपला धर्म सोडून इतर धर्मीयांना सहन करू शकत नाहीत किंवा त्यांच्याशी जुळवून घेऊ शकत नाहीत. मग अशा वातावरणात सामाईक मानवी उद्दिष्टं साध्य करण्यासाठी लागणारं सहकार्य प्राप्त करून घेण्यास वावच कुठे आहे? म्हणूनच पृथ्वीवर आत्यंतिक तणाव, चिंता आणि एकमेकांशी लढा देण्याची व संघर्ष करण्याची इच्छा दिसून येत आहे. अशा प्रकारे समाज चुकीच्या गोष्टी आत्मसात करत आहे. लोकांच्या अंतःप्रेरणांवर दुष्परिणाम होत आहेत.

नेते म्हणून काम करत असताना आपल्या अंतःप्रेरणा आणि भावना या अत्यंत महत्त्वाच्या असतात आणि त्याबरोबरच टीममध्ये किंवा संघांमध्ये काम करतानाही त्या महत्त्वाच्या असतात. जर अंतर्गत भावनेची गुणवत्ता चांगली असेल तर आपल्या इतर सर्व समस्या सोडवणं शक्य असतं. त्यानंतर एखाद्या मोठ्या लाटेप्रमाणे आपण एकत्रितपणे झपाट्यानं पुढे जाऊ शकतो. लोकांना एका समान, सामाईक आधारावर एकत्र आणणं ही बाब संपूर्ण नेतृत्वाच्या दृष्टीनं अत्यंत महत्त्वाची असते. सुरुवातीच्या काळात बुद्धाची मठाची यंत्रणा इतकी यशस्वी का झाली होती? कारण त्या वेळी त्याला लोकांमध्ये परस्पर-विश्वासाची भावना निर्माण करण्यात यश आलं होतं. त्याच्या स्वतःच्या जीवनकाळात हजारो लोक त्याचे अनुयायी झाले. अशा प्रकारे, त्याला आतापर्यंतचा सर्वाधिक यशस्वी आध्यात्मिक नेता म्हणता येईल, कारण त्याच्या हयातीतच त्याला प्रचंड प्रमाणातील अनुयायी लाभले होते. अगदी सम्राट आणि राजेही त्याचे अनुयायी झाले होते. मात्र, यातली खेदजनक बाब अशी आहे की, त्याच्या मृत्यूनंतर अनेक वर्षांनी विविध बौद्ध पंथीयांमध्ये विविध विचारप्रणालींच्या किंवा तत्त्वप्रणालींच्या आधारावर संघर्ष निर्माण झाले. त्यानंतर संपूर्ण संघात फूट पडली. म्हणून ज्या वेळी लोक आपल्या सामाईक आधाराला किंवा उद्दिष्टाला विसरतात आणि त्याऐवजी विचारसरणीतील किरकोळ फरकांमुळे एकमेकांशी वाद घालण्यास सुरुवात करतात, त्या वेळी काय घडतं याचं हे चांगलं उदाहरण आहे. किरकोळ फरक अतिशय महत्त्वाचे, विध्वंसक आणि मोठे ठरतात. फरकांवर किंवा मतभेदांवर नव्हे, तर सामाईक आधारावर भर देणारा नेताच एक चांगला आणि सकारात्मक नेता होतो. नकारात्मक नेता हा एकमेकांमधील मतभेदांवर भर देत राहतो, कारण त्याच्यातून 'फोडा आणि राज्य करा' हे त्याचं उद्दिष्ट साध्य होऊ शकतं.

मूलतः कोणत्याही संघाकडे किंवा समाजाकडे एखाद्या जंगलाप्रमाणे पाहिलं पाहिजे. या जंगलात सर्व प्रकारचे वृक्ष वाढतात. प्रत्येक वृक्ष हा दुसऱ्या वृक्षासारखा नसतो. परंतु त्यांची मुळं रुजलेली भूमी ही त्यांच्यातील सामाईक गोष्ट असते. त्या सगळ्यांची मुळं एकाच जमिनीत रुजलेली असतात. ते एकच पाणी शोषून घेतात आणि एकच सूर्यप्रकाश मिळवतात, ग्रहण करतात. म्हणून नेत्यानं लोकांमधील अशा सामाईक आधाराला उत्तेजन दिलं पाहिजे. हीच गोष्ट अत्यंत महत्त्वाची आहे. अखेरीस, या सगळ्याचा

मथितार्थ हाच आहे की, विचारसरणी किंवा तत्त्वप्रणाली ही सहसा नेहमीच एक बंधन ठरते. काही वेळा लोकांच्या क्षमतांना प्रकाशमान करून त्यांच्या विकासासाठी त्यांना प्रोत्साहन देण्याऐवजी ती त्यांची वाढ खुरटवते आणि नंतर त्यांची वाढ पूर्णपणे खुंटते. नेतृत्वानं सकारात्मक विकास घडवून आणला पाहिजे, ही यामागची कल्पना आहे. खरा विकास घडवून आणण्यासाठी व लोकांच्या मनात परिपक्कता निर्माण करण्यासाठी आपल्यामध्ये बंध आहेत आणि त्यांच्या साहाय्यानं आपण एकमेकांशी जोडले गेलो आहोत याची लोकांना जाणीव करून देणाऱ्या दूरदृष्टीची आवश्यकता असते. हाच श्रेष्ठ नेतृत्वाचा पाया आहे. बोधिसत्त्वाच्या दृष्टिकोनाचं हेच सार आहे. आपल्या जीवनावर आणि नेतृत्वाच्या भूमिकांवर त्याचाच परिणाम होतो.

प्रणय हे प्रख्यात गूढवादी, कुशल वक्ते आणि सिद्धहस्त लेखक आहेत. त्यांनी आपलं आयुष्य आध्यात्मिकतेचा गहन शोध घेण्यासाठी समर्पित केलं आहे. मानवी अनुभवांची सखोल समज आणि व्यक्तिगत विकास यांच्यासाठी अतूट वचनबद्धता असलेल्या प्रणय यांनी अनेक पुस्तकांचं लिखाण केलं आहे. ही पुस्तकं आध्यात्मिकतेच्या क्षेत्रात वाचकांना नवीन दृष्टी प्रदान करतात.

प्रणय यांच्या प्रमुख योगदानांपैकी एक आहे, 'नेतृत्व आणि यशासाठी प्रगत आध्यात्मिकता' नावाची मॉड्यूलची त्यांची अपूर्व शृंखला. त्यांच्या परिवर्तन घडवणाऱ्या पॉवर टॉक्स आणि मिस्टिक टॉक्सनी सर्व क्षेत्रांतील लोकांना प्रेरणा दिली, तसंच त्यांना सक्षमही बनवलं. प्रणय यांच्या या असाधारण क्षमतेमुळे त्यांनी आंतरराष्ट्रीय स्तरावर ख्याती प्राप्त केली आहे. प्रणय यांचा अनोखा दृष्टिकोन, समकालीन अंतर्दृष्टी आणि प्राचीन ज्ञान यांची सांगड घालणारा आहे. हा दृष्टिकोन नेतृत्वाच्या गुणांना अंगीकारून आध्यात्मिक पूर्णत्व प्राप्त करण्यासाठी एक स्वरूप प्रदान करतो. ते आपल्याला उल्लेखनीय यशाच्या दिशेने घेऊन जातं.

प्रणय आणि त्यांच्या परिवर्तनकारी ज्ञानासंबंधी अधिक जाणून घेण्यासाठी, त्यांच्या pranay.org या अधिकृत वेबसाईटवर संपर्क साधा.